பஷீரின் அறை அத்தனை எளிதில் திறக்கக்கூடியதல்ல

பவா செல்லதுரை

பஷீரின் அறை அத்தனை எளிதில் திறக்கக்கூடியதல்ல

	:	வாழ்வியல் அனுபவங்கள்
ஆசிரியர்	:	பவாசெல்லதுரை
	:	© ஆசிரியருக்கு
முதற்பதிப்பு	:	டிசம்பர் 2016
மூன்றாம் பதிப்பு	:	ஆகஸ்ட் 2022
வெளியீடு	:	வம்சி புக்ஸ்
		19, டி.எம்.சாரோன்,
		திருவண்ணாமலை - 606 601
		9445870995, 04175 - 235806
அச்சாக்கம்	:	மணி ஆப்செட், சென்னை - 600 077
விலை	:	₹ 200 /-
ISBN	:	978-93-84598-32-7

Basheerin Arai Athanai Elithil Thirakakudiyadhalla

	:	Life Experiances
Author	:	Bavachelladurai
	:	© Author
First Edition	:	December - 2016
Third Edition	:	August - 2022
Published by	:	Vamsi books
		19.D.M.Saron,
		Tiruvannamalai - 606 601
		9445870995, 04175 - 235806
Printed by	:	Mani Offset, Chennai - 600 077
	:	₹ 200/-
ISBN	:	978-93-84598-32-7

www.vamsibooks.com - e-mail: vamsibooks@yahoo.com

நான் கடக்க முடியாத
ஓவியர் பாலசுப்ரமணியன், நஜீப் குற்றிப்புறம்
என்ற என் நண்பர்களுக்கு

உள்ளே.....

தமிழ்நாட்டின் டப்ளின் திருவண்ணாமலை 13

வடிந்த நீரினூடே 23

உடல்மொழியோடு வாழ்ந்த கலைஞன் 35

ஊழித்தீயின் பெரும் தாண்டவம் 44

சந்திரிகா உரையாடல் 50

தவறவிட்டவை 111

கொண்டாட்டங்களைத் தொலைத்த
    தமிழ்நாட்டுக் கிராமங்கள் 117

பெருமரங்கள் வீழ்ந்தபோது	122
கொண்டாட்டங்களின் வாசனை	130
ஜே.கே.வின் மரணம்	138
தம்பி	145
உயிர்ப்புள்ள கதைகளைக் கேட்க மனிதர்கள் வருவார்கள் ..	151
பஷீரின் அறை அத்தனை எளிதில் திறக்கக்கூடியதல்ல	163
மண்ணிலிருந்து மண் கொண்டெழுப்புவோம்	173

சாம்பலில் பூக்கும் நட்புகள்

ஜோதி ஷங்கர்

தமிழில் : கே.வி.ஜெயஸ்ரீ

இன்று நீயில்லாமல் நான் மட்டும் ஆரல்வாய் மொழியைத் தனியே கடக்கிறேன். பரந்த என் நெஞ்சில் பட்ட வெயில் உள் நரம்புகளில் ரத்தத்தைச் சூடாக்கிப் பாய்ச்சுகிறது. இப்போதும் அதே சுங்கப் பாதைகள் என் வழியில் குறுக்கிடுகின்றன.

உன் பிரியத்தை வேட்டையாட வேண்டி பாறை ஓவியங்களில் என் ப்ரியம் கோர்த்து ஆரல்வாய்மொழியையும், காவேரியையும், கூவகத்தையும் கடந்து இதற்குமுன் நான் பல முறை தனியே பயணித்திருக்கிறேன். நெளிந்து நெளிந்து மண்ணுள் புதைய விரும்பிய சுடுமண் பாதைகளும் ஒன்பது மலைக் கோவிலில் நின்றெரியும் மாலை விளக்குகளும் பாலுமகேந்திராவின் 'யாத்ரா'வின் இறுதிக் காட்சிகளை நினைவிலேற்றுகிறது.

வால்நட்சத்திரங்கள் இதயத்தைச் சேர்த்து ஆகர்ஷிக்கும் தமிழ் மொழியில் தேர்ந்தெடுத்து வாசிக்கும் முயற்சியின் தொடர்ச்சியாகவே தமிழ் இலக்கியமும் என்னைத் தன்பக்கம் அழைக்கத் துவங்கியது.

நம் வாழ்நாளின் இறுதி இதுதான் என அச்சமூட்டிய பிரளயம் சென்னையை ஆக்ரமித்தபோது உன் நிறைமாத கர்ப்பத்தின் துயர்போக்க, அந்த அடர் இருளில் நடக்கத் திராணியற்று சாலையோர

நடைபாதையில் அமர்ந்த அக்கணத்தில்தான் நான் முதன்முதலில் பவாவை உனக்காக வரைய ஆரம்பித்தேன்.

கொண்டாட்டங்களின் குதூகலம் முடிந்து தெளிவடையும் ஆகாயத்தைப் பற்றி நீ சொன்ன வர்ணனைகளின் கோடுகளினூடே நான் பவாவின் 'நட்சத்திரங்கள் ஒளிந்து கொள்ளும் கருவறை' என்ற அக்கதையை உனக்காகச் சொல்ல ஆரம்பிக்கிறேன்.

அக்கதையில் வரும் துர்சகுனங்களையெல்லாம் கர்ப்பவதியான உனக்காக நான் மாற்றிப் படித்து, சுபமுடிவோடு அக்கதையை உனக்காகச் சொல்லி முடித்தேன்.

ரயில் கடந்து கடந்து உண்டான தண்டவாளங்களின் காயங்களை மட்டுமே பார்த்துக்கொண்டு வாழ்வை, பிரிவின் துயரில் நகர்த்திய உன் முகத்தில் அக்கதை நீர் தெளித்தது.

நட்சத்திரக் கூட்டங்களைக்கூட, தாள்களில் எழுதுவதற்கான அனுபவங்களை, நட்பை அடைகாத்து வைத்திருக்கும் பவா தன் ஒவ்வொரு நட்பைப் பற்றியும் தன் எழுத்தால் நமக்கு ஒவ்வொரு நாளும் ஒரு கதை சொல்லத் தொடங்கினார்.

என் முயற்சி வெற்றி பெறுமென்ற எந்த நம்பிக்கையுமற்று, எங்கள் மலருக்கான ஒரு கட்டுரை கேட்டு பவாவைத் தொடர்பு கொண்டேன். இன்னும் மிச்சமிருக்கும் கார்த்திகை தீப நாட்களில் ஒரு துளியையேனும் கேரள மண்ணுக்குக் கொண்டு வந்துவிடவேண்டுமென்ற பிடிவாதமது.

ஆனால் ஆவணியில் பூக்கும் ஓண நினைவுகளை அவர் எனக்காக எழுதித் தந்தார். மொழியாக்கத்தின் செடியில், அச்செடியின் சுகந்தத்தில் அவர் எழுத்து மொட்டவிழ்ந்தபோது அலைவுறும் ஓவியன் ரஞ்சியின் கிரயான் பட்டாம்பூச்சிகளை பியூப்பாவிலிருந்து வெளியேற்றின.

திருவனந்தபுரம் கோட்டைக்குள்ளிருந்த மணீஸ் மெஸ்ஸில் மதிய உணவிற்காய்ச் சென்றபோது அவன் மனதால் சுவீகரித்திருந்த

தமிழ்நாட்டு வீடுகளின் படங்களை ரஞ்சி காகிதத்தில் ஒற்றியெடுத்தான். தமிழ்நாட்டு பயணத்தினூடே பவாவின் நட்புகளை மனதால் கோர்த்துக்கொண்டே டப்ளின் நகரமான திருவண்ணாமலைக்குள் நுழைந்தபோது அந்நகரம் இன்னும் விழித்திருக்கவில்லை.

ஸ்ரீமதி. ஷைலஜாவின் 'வம்சி புக்ஸி'ல் சென்றமர்ந்து ஒவ்வொரு தமிழ் எழுத்துக்களாக வாசித்துக் கொண்டிருக்கையில்தான் பவா நிலத்திலிருப்பதாகச் சொன்னார்கள்.

பவாவின் வாசனையைத் தன் மேல் பூசியிருக்கும் பழமரங்களினூடாக நான் அம்மனிதனை முதன்முதலில் எதிர்கொண்டேன்.

என் கையிலிருந்து செக்ரெட்டிரியேட் சர்வீஸ் என மலையாளத்தில் தலைப்பிட்ட இரு இலக்கிய மலர்களையும் அவர் கைகளுக்கு மாற்றினேன்.

ஒவ்வொரு பக்கமாக அவர் புரட்டப் புரட்ட நான் அவரின் கண்களையே கவனித்துக்கொண்டு உட்கார்ந்திருந்தேன்.

ஜான் பாலை மட்டும் ஏனோ கடந்துவிட்டார்.

அவர் நிலத்து வீட்டில் நட்பின் நிழல்கள் படர்ந்த இரவுகளை விவரித்தார். மம்முட்டி, ஜெயமோகன், பெருமாள்முருகனென எங்கள் உரையாடல் அந்நிலப்பரப்பில் விரிந்தன.

தேசிய விருது பெற்ற தன் 'தங்கமீன்கள்' முதல் script-டை இக்குடிசையிலிருந்தே ராம் எழுதினார் என்ற செய்தி என்னை காட்சிப்படுத்தலுக்கு அழைத்துப் போனது.

ஒட்டர்கள் வெட்டிய கிணறுகள் பவாவின் பூமியை இன்றளவும் ஈரத்திலேயே வைத்துள்ளன.

எழுத்து குறித்தும், எழுத்தாளர்கள் குறித்தும் எங்கள் உரையாடல் நங்கூரமிட்டது.

கப்பல் விசித்திரங்களின் நீர்த்தாரைகசைள செதுக்கிய இந்துமேனன், சுகந்தி என்கிற ஆண்டாள் தேவநாயகியை எழுத்தில் வரைந்த Dr.டி.ராமகிருஷ்ணன், சங்ககாலத்தை மலர்களால் தொடுத்தெடுத்த மனோஜ் குரூர், வாசகர்களின் தேடலைத் தன் ‘பிரியாணி’யில் தீர்த்த சந்தோஷ் ஏச்சிக்கானமென நாங்கள் பேசிக் கொண்டிருந்தோம்.

வி.ஜெ.ஜேம்சையும், கெ.வி.மணியையும் பவாவுக்கு நான் அறிமுகப்படுத்தினேன்.

சிறிது நேர நடைமுடியுமுன் பாலுமகேந்திரா படம், முற்றத்தில் தொங்கும் பூசாத ஒரு செங்கல் வீட்டைப் பார்க்க முடிந்தது. என் நினைவுகளின் அலையடிப்பில் பாலுமகேந்திரா மீண்டும் வந்தார்.

‘யாத்ரா’வின் எண்ணிக்கையற்ற அகல்விளக்குகளின் வெளிச்சத்தின் பின்னணியில் மின்னும் சோபனாவைப் பற்றி ஜான்பால் எழுதியிருப்பதை நான் நினைவுப்படுத்தினேன்.

தாங்கமுடியாத துயரத்தில் வேணு நாகவள்ளி சோபனாவை வரைந்து காட்டும் ஓ.என்.வி.யின் பாடல் வரிகளை நான் நினைத்துக் கொண்டேன்.

‘நஷ்ட வசத்தத்தில் சப்த நிஸ்வாசமே’

பவா இன்னும் கூர்மையாக அவ்வரிகளை உள்வாங்கினார்.

புல்தரையில் தன்னந்தனியாக ஒரே ஒரு அகல் விளக்கிருந்தது.

‘யாத்ரா’வின் நினைவுகளுக்காகவா இது?

இல்லை அதனடியில் பாலு மகேந்திராவின் உடல் சாம்பல் புதைக்கப்பட்டிருக்கிறது என்றார் பவா.

நான் என்னிலிருந்து ஒரு நிமிடம் தொலைந்து போனேன்.

‘யாத்ரா’வை ஓலங்களில் ஒற்றியெடுத்த நட்புகளில் ஒன்றான பாலுமகேந்திராவின் சாம்பல் அவ்வீட்டின் மரங்களில் பூக்களாகப் பூக்கின்றன.

ஆயிரத்தொரு அகல்களின் வெளிச்சத்தைவிட பிரகாசமானது ஒரே ஒரு நட்பின் வெளிச்சம்.

திருவண்ணாமலையை விட்டுக் கிளம்பும்போது எதேச்சையாகத் திரும்பி சாரோன் தோட்டத்தைப் பார்த்தேன். அவ்வீட்டின் முன் நட்பின் சாம்பல் எங்கும் சிதறிக் கிடைப்பதைக் கவனித்தேன்.

இரு துவக்கப்புள்ளிகள்

எப்படிப் பார்த்தாதும் நான் ஒரு கட்டுரையாளன் அல்ல. புள்ளிவிபரங்கள், தகவல்கள், பொதுஅறிவு, அரசியல்ஞானம் எதுவும் எனக்குக் கைகூடாது.

ஆனால் கட்டுரைகளே என்னைத் தொடர்ந்து எழுதச் சொல்லி நிர்பந்திக்கிறது.

மண்கொண்டு வீடுகட்டும் பிஜூபாஸ்கரும், மலைகொண்டு இங்கு வாழும் ஸ்நேக ஜோதியும், தேசாந்திரியாய் சுற்றித் திரிந்த வைக்கம் முகமது பஷீருமே என் தோழர்கள்.

அவர்களைப் பற்றிய நினைவுகளை என் எழுத்தில் பகிர்ந்து கொண்டால் போதுமானது.

சச்சிதானத்தனும், என்.எஸ்.மாதவனும், சந்தோஷ் ஏச்சிக்கானமும் என்னை தினம் தினம் வார்த்தைகளால் வதைக்கிறார்கள்.

வாழ்வனுபவங்களில் அவர்களைத் தாண்டிவிட வேண்டுமென மனம் முந்துகிறது.

அச்சுத் தேவைகள் எப்போதும் என் எழுத்தைக் கோரியதில்லை.

மிகச் சுதந்திரமாக, நிர்பந்தமற்று நிலத்திலும், கிணற்று மேட்டிலும், மொட்டை மாடியிலும், தாளிடப்பட்ட உள் அறையிலும் நான் என் பிரியப்பட்ட மனிதர்களோடு பேசுகிறேன், எழுதுகிறேன்.

வாழ்வு எல்லா விதத்திலும் எனக்கு வரம்தான். புதிய மனிதர்களின் முகம் பார்க்காமல், மூச்சுக்காற்று முகத்தில் படாமல் என் நாட்கள் நகர்வதில்லை. இது எல்லோருக்கும் வாய்த்துவிடாதுதானே!

வாழ்வு மிகச் சுலபமானது எனக்கு.

என்னைச் சுற்றிலும் நண்பர்கள், புதிய மனிதர்கள், நான் நேசிக்கும் நிலப்பரப்பு, கிணறு, மரங்கள், மாடுகள், கோழிகள், ஆடுகள், இவற்றை என் பொருட்டு பார்த்துக் கொள்ளும் ராஜாக்கண்ணு, சோமு, கண்ணம்மா எனத் தொடரும் பந்தம்.

எங்கள் குடும்பத்தின் விரிவாக்கமாக இக்காலங்களில் மாறிப்போன கவிஞன் பீனிக்சும் அவர் மகள்களும், கார்த்தியும் அவர் குடும்பமும் என நாட்கள் எப்போதும் ஈரத்தில் நனைகிறது.

வாழ்வு குறித்த மிகப்பெரிய தரிசனத்தையும், இக்காலத்திலேயே இக்கட்டுரைத் தொகுப்பின் தொடர்ச்சியாக ஒரே நேரத்தில் என் இரு நாவல்களின் துவக்கப் புள்ளிகளையும் நோக்கி நகர்கிறேன்.

பவாசெல்லதுரை
9444322997
bavachelladurai@gmail.com
www.bavachelladurai.blogspot.in

தமிழ் நாட்டின் டப்ளின் திருவண்ணாமலை

ஐந்தாயிரம் ரூபாய் பட்ஜெட்டில் துவங்கி ஒன்றரை லட்ச ரூபாய் வரை ஒவ்வொரு கலை இரவுக்கும் எங்களுக்குச் செலவானது. அதில் பற்றாக்குறை ஏற்படும் போதெல்லாம் நண்பர்களுக்குள் கசப்பு மேலெழுந்து வரும். என்றாலும் அது தற்காலிகம்தான்.

கலை இலக்கிய இரவை ஊர் மக்கள் நகரின் மத்தியில் தங்களுக்காக நடக்கும் பொது இலக்கியத் திருவிழாவாகவே இப்போதும் கருதுகிறார்கள். அரசியல் வேறுபாடுகள், சமூகப் பார்வைகள் சில பேரைக் கோபம் கொள்ள வைத்ததும், எங்களுக்கு உதவினவர்களைத் தடுத்ததும் நிகழ்ந்தன.

ஆனாலும் இந்தக் காட்டாற்று வெள்ளம் எந்த அணைக்கட்டையும் உடைத்துக்கொண்டு அது பாட்டுக்கு அதன் சரியான பாதையில் போய்க்கொண்டேதான் இருந்தது.

தோழர்களின் எதிர்ப்பையும் மீறி முற்றிலும் வேறு திசையில் பயணித்த கலை இலக்கியவாதிகளையும், இந்த மேடைக்கு அழைத்தோம். இதுதான் நாங்களென மானுட அன்பிற்கான எங்கள் இலக்கியச் செயல்பாட்டை அவர்களை அருகிலிருந்து தரிசிக்க வைத்தோம். அதன் பிறகான நாட்களில் அவர்கள் வேறு வழியின்றி எங்களின் கலை இலக்கியச் செயல்பாடுகளை அங்கீகரித்ததும் உண்டு.

ஆடுகளத்தை விட்டகன்று வெகுதூரம் விலகிவந்து வெற்று மைதானத்தை வெறித்துப் பார்க்கும் ஆட்டக்காரனுக்கு மட்டுமே பழைய நினைவுகள் அலை மாதிரி மேலெழுந்து வந்து அவனை அலைக்கழிக்கும்.

நான் என் காலடியில் ஸ்பரிசத்திலிருக்கும் பந்தோடேயே என் மைதானம் புதைத்து வைத்துள்ள நினைவுகளை மீட்டெடுக்கிறேன்.

காலமோ, வருடமோ, தேதியோ ஒருபோதும் ஒரு கலைஞனின் நினைவுகளில் தங்குவதில்லை. எம்.டி.வி தன் 'இறுதி யாத்திரை' நாவலில் ''வியாபாரிக்கு வெறும் எண்கள் போதும், எழுத்து எதற்கு?'' எனக் கேட்டு என்னைப் புரட்டிப் போட்டிருக்கிறார்.

எண்பதுகளின் பிற்பகுதிகள்தான் தமிழிலக்கியம் உச்சத்திற்குச் சென்ற காலம் என்பது என் கணிப்பு. தமிழகத்தின் சகல திசைகளிலிருந்தும் எழுத்தாளர்களும் கவிஞர்களும் கலைஞர்களும் பெரும் உக்கிரத்தோடு இயங்கிய நாட்கள் அவை. என்னைப் போலக் கல்லூரியில் படித்தும், முடித்தும்,வேலையற்றவர்களாக அலைந்தும் திரிந்தும் நாட்களை நகர்த்திய பலரையும் மனப்பிழற்வாளர்களாக மாற்றாமல் காப்பாற்றியது அப்போது சிறுபத்திரிகைகளில் வெளிவந்த காத்திரமான படைப்புகள் மாத்திரமே.

'புதுயுகம் பிறக்கிறது' என்ற சிறு பத்திரிகையில் வந்த பாதசாரியின் 'காசி'இன்றளவும் என்னைப் பிறாண்டுகிறான். கோவை ஞானியின் 'நிகழ்' எஸ்.வி.ஆரின் 'இனி இன்று' எல்லாம் அப்போது தமிழுக்குக் கிடைத்த பொக்கிஷங்கள்.

இவைகள் எங்களுக்குள் ஏற்படுத்திய பேரலைகள் அடங்காதவை. அதை எங்கள் சக மனிதர்களுக்கு எப்படியாவது கடத்திவிட வேண்டுமென்ற எங்கள் எத்தனிப்பே திருவண்ணாமலையில் நாங்கள் துவங்கிய 'கலை இலக்கிய இரவு' என்ற சிறு முயற்சி.

எல்லா பெருநிகழ்வுகளும், வரலாறும் இப்படி ஏதோ ஒரு மூலையில் உருவான சிறு பொறி மட்டுமே.

ஒரு திருமண மண்டபத்தில் ஐநூறுக்கும் குறைவானவர்களோடு ஆரம்பித்தது எங்கள் முதல் கலை இரவு. ஐந்தடிக்கும் குறைவான உயரமேயுடைய ஒரு ஆய்வு மாணவனான கே.ஏ.குணசேகரன் என்ற பாடகனின் பாடல்கள் பல நூறுமனிதர்களை உள்ளிழுத்து வந்தன. கையில் ஒரு உடுக்கையோடு அவன் எழுப்பிய உணர்வுப் பெருக்கில் அம்மண்டபம் தளும்பியது.

கொண்டாட்டமும் இசையும் நிரம்பிய அந்த இரவில்தான் எங்கள் அடுத்த நிகழ்வுக்கான நிழ்விடம் நான்கு பக்கமும் சுவர் எழுப்பப்பட்ட ஒரு மண்டபம் அல்ல என்றும், அது ஒரு திறந்த வெளி மைதானமாகப் பல ஆயிரம் மனிதர்களைச் சங்கமிக்க வைக்கும் வண்ணம் அதன் நீளமும் அகலமும் அளவிடமுடியாததாக இருக்க வேண்டும் என்றும் முடிவெடுத்தோம்.

தமிழ்நாடு முற்போக்கு எழுத்தாளர் சங்கம் என்ற பதாகையின் கீழ் நாங்கள் ஒன்றிணைந்தோம்.

எங்கள் முன் டிசம்பர் 31 என்ற தேதி கேட்பாரற்றுக் கிடந்தது. வெற்றுக்கொண்டாட்டங்களாலும், பீர்பாட்டில்களின் உரசும் சப்தங்களாலும், சைலன்சர் கழிற்றிவிடப்பட்ட பைக்குகள் வெளியேற்றும் சப்தத்தாலும் நிறைந்திருந்த அந்த இரவை அர்த்தமுள்ளதாக்க வேண்டும் என்ற எங்கள் ஒருமித்த சிந்தனை இரு மாதங்களுக்கு முன்பே வேர்பிடிக்கத் துவங்கிவிட்டிருந்தது.

ஊரின் எல்லா மையங்களும் தொட்டுக் கொள்ளும் காந்தி சிலை மைதானம் எங்கள் ஆட்டக்களமாக்கப்பட்டது.

இயக்கம் ஒரு மகத்தான செயலை முன்னெடுக்கும்போதும் யாரோ சில தனி மனிதர்களின் அர்ப்பணிப்பும், செயலூக்கமும்தான் அதை முழுமையடைய வைக்கிறது.

அப்படித்தான் என்னோடு தமுஎச-வுக்குக் கிடைத்த இருவேறு ஆளுமைகளென எஸ்.கருணாவையும், ஓவியர் பல்லவனையும் சொல்லலாம்.

ஓவியர்கள் சல்வடார் டாலி, பிக்காசோவில் ஆரம்பித்து ஜான் ஐசக் அருமைராஜன், இசக்கி அண்ணாச்சி என்று விரிந்த அப்பட்டியலிலிருந்து ஆகச்சிறந்த ஓவியங்களையும் புகைப்படங்களையும் தேர்வு செய்வோம். அப்படங்கள் மிகுந்த எதிர்பார்ப்போடு ஓவியர் பல்லவனிடம் ஒப்படைக்கப்படும்.

இவர் இதை அங்கிகரிக்கிறாரா? மறுதலிக்கிறாரா? என யாராலும் அவதானிக்க முடியாததொரு மனநிலையில் அன்றிரவு ஒன்பது மணிக்கு எங்களை அவரின் கலைக்கூடத்திற்கு வரவழைப்பார்.

நானும் கருணாவும் வேலைக்காரச் சிறுவர்கள் போல அங்கு போய் நின்றிருப்போம்.

பத்து மணிவரை கலை, இலக்கியம், விவாதம் என நீளும். சட்டென்ற ஒருவிநாடியில் பல்லவன் எல்லா விளக்குகளையும் அணைத்துவிட்டுக் கறுப்பு மையிட்ட தூரிகையால் கண்ணாடியில் நாங்கள் காலையில் தந்திருந்த ஓவியத்தையோ, புகைப்படத்தையோ வரைய ஆரம்பிப்பார்.

சில நிமிடங்கள்தான். ஒரு மரச்சட்டத்தில் பொருத்தப்பட்ட அக்கண்ணாடியின் முன் அளவெடுக்கப்பட்ட தூரத்தில் நின்று நானோ கருணாவோ டார்ச் லைட் வெளிச்சத்தைக் கண்ணாடியின் மீது பாய்ச்சுவோம்.

நாம் நம்பமுடியாததொரு அளவில் அப்படம் எங்கள் முன் நிறுத்தப்பட்ட 40 அடி நீளமும் 20 அடி அகலமுமுள்ள ஒரு துணி பேனரில் விரியும்.

பல்லவன் வெறிகொண்டு இயங்கும் தருணமது. ஒரு கறுப்புமை தடவிய துரிகை இப்படியும் அப்படியுமாக அந்தப் பெரிய பேனரில் குதியாட்டம் போடும்.

அப்போது எங்கள் யாரிடமிருந்தும் ஒரு சொல்லும் எழாது. ஒரு ஓவியன் கோரும் மௌனம் அது.

எதுவும் பேசாமல் பின்னிரவுகளில் பிரிந்து செல்வோம். வசிப்பிடங்கள் கேவலமாக எங்களை எதிர்கொண்ட நாட்களும் அதுவே.

இப்படியான துவக்கத்தில்தான் திருவண்ணாமலையில் வைக்கப்பட்ட ஒவ்வொரு பிரமாண்டமான பேனர்களும் உருவாயின. அவை மக்களை ஈர்த்தது. போக்குவரத்தை நிறுத்தியது. காவல்துறையைத் தூண்டிவிட்டது. அரசைக் கவனிக்க வைத்தது.

இதில் எங்களுக்கு எந்தச் சம்மந்தமுமில்லை என்பது போல நாங்கள் தோழர்களோடு ஒவ்வொரு கடையாக ஏறி நிதி வசூலிப்போம். பத்து ரூபாய் தருபவன் மனிதன், நூறு ரூபாய் தருபவன் வள்ளல், ஆயிரம் ரூபாய் தருபவன் கடவுள், அதற்கும் மேலே தருபவன் கடவுளுக்கும் மேலே என மனிதர்களை மனம் பிரிக்கக் கற்றுக் கொடுத்தது.

மாலை ஆறுக்கும் ஆறரைக்குமான இடைவெளியில் கரிசல் குயில் கிருஷ்ணசாமியோ, சுகந்தனோ, தங்கள் காந்தக் குரலால் பாடத் துவங்குவார்கள். அது மனிதர்களைத் தூண்டில் போட்டு இழுத்துவரும். காந்தி சிலை மூலையில் நிகழ்ந்த எங்கள் இரண்டாவது கலையிரவு பத்தாயிரத்துக்கும் மேல் பார்வையாளர்களால் நிரம்பித் தளும்பியது.

மேடையில் நிகழும் நிகழ்வுகளின் அடர்த்தியில் ஒரு துளியும் கேளிக்கைகள் நுழைந்து விடாமல் அடைகாப்போம்.

அசோகமித்திரன், பிரபஞ்சன், ராமகிருஷ்ணன், கோணங்கி என்று தமிழின் இன்றைய முக்கிய ஆளுமைகளில் பலரும் எங்கள் கலை இரவுகளின் பங்கேற்பாளர்களும், பார்வையாளர்களும்.

பாரதி கிருஷ்ணகுமாருக்கும், கரிசல் கிருஷ்ணசாமிக்கும் இதைப் பல ஆயிரம் மனிதர்களுக்குக் கொண்டு போனதில் எப்போதுமான

பெருமிதங்கள் உண்டு. மாவட்டத்தின் உள்ளடுக்குகளில் உறைந்து கிடந்த கிராமங்களிலிருந்து நம் மரபான பல கலைகளை மீட்டெடுத்தோம்.

அதுவரை மரணவீடுகளில் மேளமடித்துக் கொண்டிருந்த பாப்பம்பாடி ஜமாவைக் கம்பீரமானதொரு கெளரவத்தோடு கலை இரவு மேடையேற்றினோம்.

பொரசப்பட்டு தண்டா போன்ற மாவட்டத்தின் ஏதோ ஒரு மூலையிலிருந்து வரவழைக்கப்பட்ட பழங்குடி மக்களின் ஆட்டக்கலைகளான பிரியாட்டம், மணியாட்டம், லம்பாடியாட்டம் என நகரப் பார்வையாளர்கள் நம் மண்ணின் பாரம்பரியக் கலைகள் குறித்து பிரமிப்படைந்தனர்.

எஸ்.ராமகிருண்ணன் ஒரு கூட்டத்தில் பரவசப்பட்டு திருவண்ணாமலையைத் தமிழ்நாட்டின் இலக்கிய நகரமென டப்ளின் நகரைப்போல அறிவிக்க வேண்டுமெனச் சொன்னார். அத்தனை மெளனத்தோடும், கொண்டாட்டத்தோடும் எங்கள் பார்வையாளர்கள் எதிரில் நடக்கும் நிகழ்வுகளை உள்வாங்கிக் கொள்வார்கள்.

தமிழ்நாட்டின் எல்லா திசைகளிலிருந்தும் நண்பர்கள் இரண்டு மூன்று நாட்களுக்கு முன்பே புறப்பட்டு வருவார்கள். ஒவ்வொருவரும் ஒரு வேலையை அவர்களாகவே பகிர்ந்து கொள்வார்கள்.

திருப்பரங்குன்றத்திலிருந்து சு. வெங்கடேசனும், தேனியிலிருந்து பாஸ்கர் சக்தியும், ஒசூரிலிருந்து போப்பும் திருவண்ணாமலையிலிருந்து கலையின் வீரிய விதைகளைத் தங்கள் ஊருக்குக் கொண்டு போனார்கள். கற்பாறைகளின் மேலல்ல, பதப்படுத்தப்பட்ட மனித மனங்களில் அத்தாய் விதைகள் விதைக்கப்பட்டன. மனித மனத்தின் ஈரம் காற்றில் அவ்விதைகளைத் தமிழகமெங்கும் தூவிவிட்டது. அவைகள் செடியாய், பூவாய்,

காயாய்,பழங்களாய், காய்த்துத் தொங்கின காலமே தமிழகத்தின் கலை இலக்கியக் காலம்.

படைப்பூக்கம் உள்ள மனிதர்களுக்குத் திரும்ப நிகழ்தல் எப்போதுமே சலிப்பூட்டக்கூடியவைகள்தான். அச்சலிப்புகள் எங்கள் மேல் பரவுதற்குள் நாங்கள் எங்கள் வடிவங்களை மாற்றிக் கொள்ளத் தீர்மானித்தோம்.கோணங்கியும், போப்புவும் நகராட்சி ஆண்கள் மேல்நிலைப்பள்ளி மைதானத்தில் வட்ட வடிவக் கூட்டத்தில் உட்கார்ந்திருந்த பதினெட்டுபேர்களில் இருவர். அக்கூட்டத்தில்தான் இந்திய அளவிளான இலக்கிய ஆளுமைகளை டேனிஷ்மிஷன் பள்ளி மைதானத்திற்கு வரவழைத்து நாற்காலிகள் போடாமல், மைக் வைக்காமல் அவர்களை மனம்திறந்து உரையாட வைப்பதென்றும், அக் கூடுகைகளுக்கு 'முற்றம்' என ஞானஸ்நானம் கொடுப்பதென்றும் முடிவெடுத்தோம்.

ஒரு காவி லுங்கியை மட்டும் கட்டிக் கொண்டு புகைத்து முடித்த பலநூறு சிகரெட் துண்டுகளின் மிச்சங்களோடு கருணா எழுதி முடித்த பலநூறு தட்டிபோர்டுகள் நகரையே வேறு ஒரு கலாபூர்வமான உலகத்திற்கு அழைத்துப் போனதும் அந்நாட்களில்தான். சுகுமாரன், சமயவேல், கலாப்பிரியா, கல்யாண்ஜியின் கவிதைகளும் புதுமைப்பித்தனில் துவங்கி கந்தர்வன் வரையிலான ஆகச் சிறந்த உரைநடைகளும் அத்தட்டி போர்டுகளில் உயிர்பெறும். இதுவரை தமிழ்நாட்டின் வேறெந்த நகரத்திலேயும் அப்படி நிகழ்ந்ததாக எனக்கு நினைவில்லை. துவக்கமும் முடிவும் அதுமட்டுந்தான்.

கலை இரவுகளையொட்டி, பல்வேறு நவீன ஓவிய, புகைப்பட, புத்தகக்கண்காட்சிகள் விரிந்து நகரத்தையே தங்களுக்குக்குள் இழுத்துக்கொண்ட காலமும் அது மட்டுமே.

பல ஆயிரம் அடிகள் நீண்டு விரிந்த டேனிஷ் பள்ளியின் மைதானத்துக்கிடையே உருவாக்கப்பட்ட அச்சிறு மேடையே எங்கள் முற்றமேடை.

சச்சிதானந்தனில் ஆரம்பித்து பால் சக்காரியா, ஜெயகாந்தன், பாலசந்திரன் சுள்ளிக்காடு, பிரபஞ்சன், நாஞ்சில்நாடன், அம்பை என கூடிக்கொண்டேபோன அந்தப் படைப்பாளிகள் பட்டியல் இப்பொழுது நினைத்தாலும் பிரம்மிப்படைய வைப்பவை. எந்தப் பாசங்குளுமற்று மனம் திறந்து உரையாடிய அந்த உரைகள் இப்போதும் நிலைத்து நிற்பவை.

சில ஆண்டுகள் மௌனம்காத்த பின்னொரு மழை ராத்தியில் வெறும் அறுபது பார்வையாளர்களோடு சுந்தர ராமசாமி பகிர்ந்து கொண்ட உரை அவராலேயே அதற்குப் பிறகு முயற்சிக்க முடியாதது. அம்மேடையில் என்னென்னவோ நிகழ்ந்தது.

ஜெயகாந்தன் சொன்னார்.

''என் பத்தாண்டுகளில் இவ்வளவு நிதர்சனமாக நான் பேசியதில்லை. இம்மேடையும் அதன் அலங்காரமற்ற எளிமையுமே என்னுள் இருந்து எல்லாவற்றையும் பிடுங்கி எடுத்தது''

அக்காலங்கள் தமிழிலக்கிய உலகில் ஏற்படுத்திய அதிர்வுகள் அதைக்கடந்து சென்ற ஒவ்வொருவரின் மனதிலும் இன்னமும் தேங்கியிருக்கும். முற்ற நிகழ்வுகள் வெறும் கூட்டங்கள் அல்ல. காற்றின் திசைகளில் கவிதைகள் கலந்த ஈரம் மிக்க நாட்கள் அதுவே.

இந்நாட்களில் இதற்குச் சற்றும் குறைவின்றி, கலை இலக்கியப் பெருமன்றமும், இன்னும் சில இலக்கிய அமைப்புகளும் நகரின் ஏதோ ஓர் இடத்தில் தங்கள் படைப்பூக்கமிக்க நாட்களைப் பதித்துக் கொண்டேயிருந்தார்கள்.

பங்கெடுக்கவோ, பார்வையிடவோ தமிழ்நாட்டின் பல ஊர்களிலிருந்தும் வந்த படைப்பாளிகளும், கலைஞர்களும், நிகழ்வு முடிந்து நாலைந்து நாட்களும் எங்களுடனே தங்கியிருந்து, நிலம், திப்பக்காடு, நிறை கிணறு, நடைபாதையென இலக்கியம் பேசிப் பேசித் தீர்த்த காலங்கள் அவைதான்.

ஜெயமோகனும், ராமகிருஷ்ணனும் கோணங்கியும் முக்கோண வடிவில் உட்கார்ந்து ஒர் இரவெல்லாம் சண்டை போட்டதும், அவர்களுக்கு மணிக்கொருதரம் நான் ‘டீ’ ஊற்றித் தந்ததும், அதிகாலை பிரியும்போது ஆளுக்கொரு திசையில் பஸ் ஏறிப் போனதும் அப்படியே நினைவில் தங்கிவிட்ட ஒன்று.

இந்நிகழ்வுகள் முடிந்து அவர்களுக்குப் பயணச் செலவுகளுக்குக் கொடுக்கக் காசில்லாமல் லாரிகளில் ஏற்றி அனுப்பியிருக்கிறோம். பஸ் ஸ்டாண்டில் பலமணி நேரம் நிற்க வைத்துவிட்டுக் கடன் கேட்டு அலைந்திருக்கிறோம். ஜே.கே.வை சென்னைப் பேருந்தில் ஏற்றி உட்கார இடம் கிடைக்காமல் நின்றுகொண்டே போக நிர்பந்தித்திருக்கிறோம். இவையெல்லாம் இலக்கிய ஆர்வத்தின் பொருட்டே என்ற மேன்மையான புரிதலில் அப்பெரும் படைப்பாளிகள் மனம் அவைகளை ஒரு புன்னகையோடு ஏற்றுக்கொண்டிருந்திருக்கிறது.

நீண்ட இப்பயணத்தில் காளிதாஸ், கவிஞர் பீனிக்ஸ், சாமிநாதன், ஷைலஜா, ஜெயஸ்ரீ, ரேணுகோபால், பாலாஜி, சந்துரு, குழந்தைவேல், வேடநத்தம் ராஜேந்திரன், அன்பரசன், சோமு என நினைவில் நின்றும், அகன்றும் பல பெயர்களின் உழைப்பு உள்புதைந்து கிடக்கிறது.

இந்நகரம் ஒரு பேரழகியின் வசீகரத்தோடு நின்று எல்லா திசைகளிலிருந்தும் படைப்பாளிகள் கலைஞர்களை கை நீட்டி அழைத்துக்கொண்டேயிருக்கிறாள். இதழ் குடிக்க அனுமதிக்கிறாள். எலும்புகள் நொறுங்க அவள் அணைப்பிலிருந்து இன்றளவும் எங்கள் எவராலும் விடுபடமுடியவில்லை என்பதே உண்மை.

அதன் தொடர்ச்சிதான் இப்போதும் எப்போதாவது முற்றத்தில் ஒரு இளம்படைப்பாளியின் குரல் ஒலித்துக் கொண்டேயிருக்கிறது. என் வீட்டு மாடியில்‘நிலம்’ என்ற பெயரில் ஓர் இலக்கியக் கூடுகை தொடர்கிறது. ‘டெண்ட் கொட்டாய்’ என்று பெயரிட்டு உலகத்

திரைப்படங்களை எங்கள் குழந்தைகள் வம்சியும் மானசியும் அவர்களின் நண்பர்களான ஷபி, கிருஷ்ணமூர்த்தி, லோகேஷ் என இணைந்து வீட்டு மொட்டை மாடியின் திரைக்குக் கொண்டு வருகிறார்கள்.

நானும் என் நண்பர் எஸ்.கே.பி. கருணாவும் இணைந்து ‘டயலாக்’ என்ற பெயரை மகாத்மா காந்தியிடமிருந்தே பெற்றோம். எல்லாவற்றையும் பேசித்தீர்த்துவிடலாம் என்று சொற்களின் மீதான ஆழமான நம்பிக்கையில் மிக ஆழமாக ஊன்றப்பட்ட வீரிய விதை அது.

சேகர் தத்தாத்ரியின் புலிகள் குறித்த ஆவணப்படத்தையும், புலிகள் யாருக்காக? என்ற சமீபத்தில் மறைந்த ஆண்ட்டோவின் படத்தையும் ஒரே இடத்தில் திரையிட்டு சொற்களின் வீரியத்தை நிரூபிக்க முயன்ற நிகழ்ச்சிகளும் எங்களிடம் உண்டு.

ஓர் உறை மௌனம் என்னை ஆக்ரமித்தபோது எப்படியாவது அதிலிருந்து மீளவேண்டும் என்ற உந்துதலில் நானும் என் நண்பன் ஜே.பி.யும் சேர்ந்து குவா வாடீஸ் என்ற கட்டிடங்கள் புறந்தள்ளப்பட்ட பல்சமய உரையாடல் மையத்தின் மரங்களும் செடிகளும், பூக்களும் கூடி குதூகலிக்கும் வளாகத்தில், என் ‘கதை கேட்க வாங்க’ என்ற நிகழ்வை ஆரம்பித்தோம். ஐம்பது பேரில் ஆரம்பித்து அதுவும் ஐநூறு பார்வையாளர்களைத் தாண்டிவிட்டது. அதுகதைகளை, வாசிப்பை, எழுத்தை உயிர்ப்பிக்கிறது. என் சக மனிதஸ்பரிசத்தை தினம் தினம் வேண்டுகிறது. மனித சந்தோஷத்தையும், துக்கத்தையும், துரோகத்தையும் பேரன்பையும் அது எப்போதும் நதியில் அள்ளப்பட்ட ஒரு கை நீரால் ஈரப்படுத்துகிறது. மானுடத்திற்குக் கலை இலக்கியம் இதைவிட வேறெதைத் தந்துவிட முடியும்?

தடம் மாத இதழ்

வடிந்த நீரினூடே

மலையாள எழுத்தாளர் ஷௌக்கத் எங்கள் நிலத்தில் ஒரு வருடம் தங்கியிருந்து எழுதிக் கொண்டிருந்தபோது தினம் தினம் அவரைச் சந்திப்பதற்காகப் புதிய புதிய மனிதர்கள் வந்து கொண்டேயிருப்பார்கள். அவர்களுடனான முதல் சந்திப்பும், கறுப்பு காபியும் தவறாமல் கிடைத்த அதிகாலைகள் அவை.

அப்படி ஒரு நாளில்தான் நான் நஜீப் குட்டிப்புரம் என்ற சராசரிக்கும் சற்று அதிகமான உயரத்தோடும், பொறாமைப்படுத்தும் மஞ்சள் நிறத்தோடும், அளவோடு வெட்டப்பட்ட தாடியோடும் அவரைச் சந்தித்தேன்.

அவர் கம்ப்யூட்டரில் அனிமேஷன் செய்பவர் என்ற முதல் அறிமுகமே அவர் எனக்கானவர் அல்ல என விலக வைத்தது.

அதற்கு அடுத்த வாரம் அதே குடிலில் நான் சந்தித்த ஓர் ஆண் தேவதை ஜோசஃப் சேட்டன். அவரைப் பற்றிய நினைவுகளைச் சேகரித்துக்கொண்டிருக்கிறேன் எழுதிவிடக்கூடும்.

ஆனால் மகன் வம்சி, நஜீப் குட்டிபுரம் என்ற அந்த மனிதனை அவனுக்கு மிக அருகில் வைத்துக் கொண்டிருக்கிறான்.

மூடுபனி போலக் காலம் சில நண்பர்களையும் நினைவுகளையும் தனக்குள் பொதிந்து வைத்துக் கொள்ளுமே அப்படி இவர்களையும் தனக்குள் பொதிந்துவைத்துக் கொண்டது.

சென்னையிலும், கடலூரிலும் கொட்டித் தீர்த்தப் பெருமழையின் அலைக்கழிப்பில், செங்கல்பட்டுக்கருகிலிருந்து ஒரு தொலைபேசி அழைப்பில் நஜீப் என்னை ஏதோவொரு எண்ணில் அழைத்த மதியவேளை நான் என் அலுவலகத்தில் இயங்கிக் கொண்டிருந்தேன்.

நான் ஷௌக்கத்தின் நண்பன், இரண்டுமுறை நாம் சந்தித்திருக்கிறோம் பவா. இப்போது செங்கல்பட்டுக்கு அருகில் வெள்ளத்தால் நிலைகுலைந்து அடுத்து என்ன செய்ய? என செயலிழந்த பழங்குடி மனிதர்களிடையே நின்று பேசுகிறேன்.

எதிர்முனையில் நானும் செயலிழந்து மௌனம் காக்கிறேன்.

அவரே தொடர்கிறார். ''எந்த விசாரணையும், நண்பர்களும், அமைப்பும், கட்சியுமின்றி தன்னந்தனியாக நானும் என் மகனும் மட்டும் கேரளாவின் மலப்புரத்திலிருந்து இரண்டு லட்சம் ரூபாயோடு புறப்பட்டு வந்திருக்கிறோம்''

நான் மௌனத்தையே நீட்டிக்கிறேன்.

''அதில் இந்த மனிதர்களுக்கு, நல்ல அரியும் (அரிசியும்) பருப்பு, புளி, மிளகா, எண்ணெய் எல்லாமும் வாங்கித் தந்து இவர்களைச் சமைக்க வைக்கவேண்டும். நமுத்துப்போன இவர்களின் விறகடுப்புகளை மீண்டும் எரியூட்டவேண்டும். எனக்கு ஒரு நேர்மையான மளிகைக் கடைக்காரனும், என்னோடு உதவ ஒரு நண்பனும் வேண்டும்''

அப்படியான இருவர் உடன் உள்ளூரிலிருந்து நஜீப்புக்குக் கிடைத்தார்கள். எங்குமே இப்படியான மனிதர்கள் நிறைந்துதான் இருக்கிறார்கள். நாம்தான் அவர்களைச் சென்றடைய வேண்டியிருக்கிறது.

பல ஆண்டுகளாக அம்மக்களின் வாழ்வாதாரத்தோடு இணைந்து பணிபுரிந்து கொண்டிருக்கும் அஞ்சலிதான் நஜீபை அக்கிராமத்தின்

தத்தளிப்பை நோக்கி வரவேண்டி தொலைபேசியில் அழைத்திருக்கிறார்.

அன்று இரவெல்லாம் அப்பொருட்களை பேக் செய்து, அடுத்த நாள் காலையிலிருந்து அதை அவர்களுக்குப் பகிர்ந்து கொடுத்து, சமைக்கச் சொல்லி ஒரு வாய் சோறு அள்ளிச் சாப்பிடும்போது எல்லா துக்கமும் ஒன்றாய்ச் சேர்ந்து கண்ணின் வழி முட்டிக்கொண்டு வந்திருக்கிறது. அதற்கு மேலும்தாங்க முடியாமல் திருவண்ணாமலைக்கு வந்து கொண்டிருந்த ஒருபேருத்தில் தன் மகனோடு ஏறியிருக்கிறார்.

ஒரு ஜன்னலோர இருக்கை இரு இரவுகள் செங்கல்பட்டு ரயில்வேஸ்டேஷன் பிளாட்பார இரவு தூக்கத்தையும் சேர்ந்து தூங்க வைத்திருக்கிறது.

நஜீப் ஒரு பெரிய தோள்பையுடனும், கையில் பத்து பருப்பு வடையோடும் இரவு ஏழு மணிக்கு எங்கள் வீட்டிற்குள் நுழைந்து, முதல் வார்த்தையில் இப்பருப்புவடை ஆறிவிடுவதற்குள் நீங்கள் சாப்பிட்டுவிட வேண்டும் எனக் கேட்டுக்கொண்டார். எப்போதுமே விசித்திரங்களை நோக்கித் திறந்திருப்பதுதான் எங்கள் வீட்டின் கிழக்கு பார்த்த வாசல்.

அன்றிரவு துயரம் கவிந்த முகத்துடன் நஜீப் கடலூர் மக்களுக்கான நிவாரணப் பணிகளை ஒருங்கிணைந்தார். கேரளாவின் சகல பகுதிகளிலும் பரவியிருக்கும் தன் நண்பர்களைத் தொலைபேசியில் அழைத்தவாறேயிருந்தார்.

தான் ஒரு ட்ராவல்ஸ் பேருந்தில் ஏறிவிட்டதாக அவர் நண்பரும் திருவனந்தபுரம் Human Care அமைப்பின் தலைவருமான ஃபருக் தெரிவித்தபோது நஜீப் திருப்தியுற்றதைக் கவனித்தேன்.

நான் செங்கல்பட்டு நிவாரண உதவிகளைக் கேட்பதில் ஆர்வமாயிருந்தேன். நஜீப் அது முடிந்தது. இனி நடக்கப் போவதுதான்

முக்கியம் என்பதில் தன்முழுக் கவனத்தையும், சக்தியையும் குவித்துக் கொண்டார்.

இரவு பதினோரு மணிக்கு, அரிசி 10 கிலோ, பருப்பு 1 கிலோ என நீண்டஎங்கள் பட்டியல் ஒரு குடும்பத்திற்கு 570/- ரூபாய் பெருமானமுள்ள மிகஅத்தியாவசியப் பொருட்கள் என நிறைவடைந்தது.

தூக்கத்திற்குக் கெஞ்சிய கண்களோடு நஜீப் எங்கள் வீட்டு மொட்டைமாடியில் நின்று,

''பவாண்ணா, நாலுமணி நேரம் நிம்மதியாய்த் தூங்கணுமே'' எனக் கேட்டார்.

பச்சை மூங்கில்களால் தடுக்கப்பட்ட எங்கள் மொட்டைமாடிப் படுக்கையறையில் அவரும், மகன் நாசீமும் படுத்துறங்கினார்கள்.

படுக்கும் முன் நஜீப் சொன்னார்,

''எந்தச் சூழலிலும் படுக்கவும், எந்த உணவையும் சாப்பிடவும், பட்டினி கிடக்கவும் என் மகனைப் பழக்கியிருக்கிறேன் பவாண்ணா'' பாதி தூக்கத்தில்அவன் சிரித்துக் கொண்டான்.

அடுத்த நாள் ஏழுமணிக்கு ஃபரூக் கதர்வேட்டி, சட்டையுடன் எங்களூர் மளிகைக் கடைக்காரர் மாதிரியான அமைப்பில் வீட்டிற்குள் வந்தார். அவரை நான் கைப்பிடித்து எங்கள் சமையலறையும், சாப்பாட்டறையும் சங்கமிக்கும் இடத்திற்கு அழைத்துப் போய் உட்கார வைத்தேன்.

காத்திருந்தது போல ஷைலஜா அவருக்கு ஒரு கப் சூடான டீ தந்தாள். பெரும் சிரிப்பினூடே அதை ஏற்றுக் கொண்டு,

''இந்த மாதிரி ஒரு பெரிய லோட்டாவில் ஒண்ணரை மடங்கு வேண்டும் மோளே'' என எங்கள் மேசையிலிருந்த ஒரு எவர் சில்வர் சொம்பைக் காண்பித்தார்.

எல்லாமும் சில மணித்துளிகள்தான். அவர்கள் கடலூரை நோக்கித் தயாராகி நின்றார்கள். அவர்களுடன் ஜெர்மனியிலிருந்து வந்து பல ஆண்டுகளாக இங்கே தங்கியிருக்கும் எண்பது வயதான ஸ்நேகஜோதி அம்மாவும், அவர்களின் சமீபத்திய தத்துபிள்ளை ஹனிஃபாவும் இணைந்து கொள்ள, எங்கள் சார்பில் நண்பர் பலராமனை உடன் அனுப்பினோம்.

முதலில் நூறு பேக்கேஜ் மளிகைப் பொருட்களை ஆர்டர் செய்யுங்கள் என ஃபரூக் தன் பையிலிருந்து ஐம்பதாயிரம் ரூபாயை எடுத்து ஷைலுவிடம் கொடுத்தார்.

எங்கள் வீட்டிற்கு மளிகை வாங்கும் கடையில் அடுத்த ஒரு மணிநேரத்தில் நானும் ஷைலஜாவும் இருந்தோம்.

பத்து நிமிடத்தில் எங்கள் எதிரிலேயே முதல் பேக்கேஜ் தயாரானது, இதன் நிறைவேறலை உறுதிசெய்தது.

கொஞ்சமும் தாமதிக்காமல் எங்கள் ஊரில் புகழ்பெற்ற பூம்புகார் துணியகத்திற்குப் போய் அதன் பங்குதாரர் இக்பாலிடம் இதைச் சொல்லி, நூறு கட்டைப் பைகளைக் கோரினோம். சில நிமிடங்களில் அதன் பணியாளர் ஒருவர் என் வண்டியில் நூறு பைகளைக் கொண்டுவந்து கட்டினார்.

இப்போது பகல் ஒரு மணி, பலராமனும், நஜீபும் மாறி மாறிப் பேசினார்கள்.

கடலூரிலிருந்து சிதம்பரம் போகும் வழியில் பிரிந்து பதினைந்து கிலோமீட்டரைக் குண்டும் குழியுமான சாலையைக் கடந்தால் தீர்த்தனகிரி, கருவேப்பம்பாடி இந்த இரு கிராமங்களில்தான் நம் பணி.

அடுத்தடுத்த மணி நேரங்களில் நூறு பேக்கேஜ் என்ற எண்ணிக்கை கூடிக் கொண்டேயிருந்து முந்நூறு, நாநூற்று ஐம்பது என அது வளர்ந்து ஐநூற்றி ஐம்பது என நிறைந்தபோது இரவு பத்து மணி.

மளிகைக் கடைக்காரர் தயங்கினார். விடிவதற்குள் முடியுமா? எனத் தெரியவில்லை.

ஒரு பேரிடர் காலத்தில் எப்படிப் பணியாற்றுவது என வெறும் சொற்களால் மட்டுமே வாழும் நான் உற்சாகப் படுத்தினேன்.

காலை ஏழு மணிக்கு ஒரு 407 வண்டியோடு அவர் கடைக்குப் போனபோது பண்டல்கள் மீதே லுங்கியைப் போர்த்திக்கொண்டு படுத்துக்கிடந்தார்.

மகன் வம்சியும் மகள் மானசியும், இதைவிட எங்களுக்கு எங்கள் பள்ளியும், கல்வியும் எதைக் கற்றுக் கொடுத்துவிடப் போகிறதென வண்டியில் ஏறிக் கொண்டார்கள்.

ஜெயஸ்ரீயின் மகன் ஹரி, எங்கள் வீட்டில் வளரும் ஜெயஆர்த்தீஸ்வரன், சமீபத்தில் தன் அப்பாவைப் பறிகொடுத்த மகள் மோனி, எல்லாவற்றிற்கும்மேல் இவர்கள் அனைவரையும் தன் ஒரு கையால் தாங்கிப் பிடிக்கும் நிலத்து ராஜாக்கண்ணு அண்ணன்.

வண்டி புறப்படும்போது காலை பத்தரை. மனம் ஏனோ நெகிழ்வடைந்து நாங்கள் யாரும் யாருடனும் பேசிக் கொள்ளவில்லை. பழைய வேட்டிகளைத் தலையில் சுற்றி வம்சி, ஹரி, ஜெய் எல்லாம் வண்டியின் பின்னால் தொற்றிக் கொண்டு வந்தது மட்டும் சோர்ந்த என் மனதைத் தட்டிக் கொடுத்தது.

பண்ருட்டிக்கு முன்பே எங்கள் வாகனம் காவல்துறையால் வரவேற்கப்பட்டு நாங்கள் அங்கிருந்த அரசு ஊழிய தன்னார்வலர்கள் முன் மிக மரியாதையாக உட்கார வைக்கப்பட்டோம்.

அவர்கள் சிறுபூங்கொத்தையும், சாக்லேட்டுகளையும் எங்களுக்கு அள்ளித் தந்து விபரங்களைச் சேகரித்தார்கள்.

உதவிகளை வழங்கத் தேர்ந்தெடுத்த கிராமம் எங்கள் தேர்வா? அல்லது அவர்கள் சொல்லட்டுமா எனக் கேட்டார்கள்.

நாங்களே தேர்ந்தெடுத்துக் கொண்டோம்.

மிக்க நன்றி. எங்கள் காவலர் ஒருவரை உடன் துணைக்கு அனுப்புகிறோம் என எதிர் நாற்காலியில் உட்கார்ந்திருந்த போலீஸ்காரர்களைப் பார்க்க,

'ஐ எம் ராகுல்' என எங்களுடன் வரப்போகும் அந்த போலீஸ் எங்களிடம் கை குலுக்கினார்.

கடலூரிலிருந்து சிதம்பரம் போகும் வழியில் OT-க்கருகில் எங்கள் வண்டி பஞ்சரானது.

நான் பதறிப்போய் நஜீபையும், ஃபரூக்கையும் பார்த்தேன். அவர்கள் எந்தப் பதட்டமும் இன்றி, ''நம்மை அக்கிராமங்கள் இன்னும் ஒரு மணி நேரம் தாமதமாக வரச்சொல்கின்றன'' எனச் சிரித்தார்கள். பலராமன் மட்டும்தான் பெரும்பதட்டத்துடன் அங்குமிங்கும் சுற்றியலைந்தார். ஒரு களப்பணியாளனின் நடை அது.

இரவு ஏழு மணிக்கு மக்கள் குழுமியிருந்த ஊருக்கு மத்தியில் எங்கள் வண்டி நின்றது. ஒருவரும் எங்கள் வண்டியை முந்தவில்லை. எட்டிப்பார்க்கவில்லை. முகங்களில் ஆர்வமில்லை.

''எல்லாமே போய்டுச்சி, நீ மட்டும் என்ன தந்து எத்தனை நாள் என்னைக் காப்பாத்துவே?'' என்ற கேள்வி அவர்கள் ஒவ்வொருவரின் முகத்திலும் இருந்ததாக நானே நினைத்தேன்.

ஆனால் அதெல்லாம் இல்லை. அவர்களைக் கட்டுப்பாடுடனும் ஊரின் கௌரவத்தைப் பேணிக் காக்கவும் அப்படி இருக்கச் சொல்லி அக்கிராமத்தில் படித்த இளைஞர்கள் வழி நடத்தியிருந்தார்கள்.

டி.டி.பி. செய்யப்பட்ட குடும்பப் பட்டியல் வாசிக்கப்பட்டது. பேட்டரியில்இயங்கும் இரண்டு ட்யூப் லைட்டும், ஒரு மைக்கும் ஏற்பாடு செய்யப்பட்டிருந்தன.

நான் ஐந்து நிமிடம் பேசினேன். இது உதவியல்ல. நீங்கள் யாரும் எங்களுக்கு நன்றி சொல்லவோ... என்னால் முடிக்க முடியவில்லை. வார்த்தையை மறித்து இருபது கிலோ எடையுள்ள முதல் பையை பரூக் ஒரு வயதான பெண்ணின் கைக்கு இடமாற்றினார். இருவர் கண்களும் மிக அருகில் சந்தித்துக் கவிழ்ந்து கொண்டன. இதுவே போதுமென எனக்குப்பட்டது.

எண்பது வயதான ஸ்நேகஜோதி அம்மாள் தூக்க முடியாமல் தூக்கி அதை அம்மக்களுக்குக் கொடுத்து அவர்களை அணைத்துத் தழுவி நெற்றியில் முத்தமிட்டார்.

என் வார்த்தையைத் துடைத்தெறிந்து பலர் அவர் கால்களில் விழுந்ததை என் வார்த்தையைக் காப்பாற்ற வேண்டி நான் முடிந்த மட்டும் தடுத்துப்பார்த்தேன்

நஜீபும், ஃபரூக்கும், தங்கள் திட்டம் கண்களுக்கெதிரே செயல்வடிவம் பெறும் திருப்தியில் வெளிச்சம் விழாத இருட்டில் நின்று நடப்பதைக் கவனித்தார்கள்.

அந்த ஊரில் தன் குடிசையை முற்றிலும் இழந்து தன் நான்கு குழந்தைகளையும், தனித்தனியே உறவினர் வீடுகளில் தூங்க வைக்கும் கயல்விழி என்ற கணவனை இழந்த ஒரு நடுத்தர வயதுப் பெண்ணை நஜீப் எனக்கு எங்கள் வண்டியின் முன்புறம் நின்று அறிமுகப்படுத்தினார்.

அவருக்கு இரண்டு லட்சத்தில் ஒரு கான்க்ரீட் வீடு கட்ட முடியும் பவாண்ணே. அதற்காக அந்த இரவிலேயே பல நண்பர்களை அவர் தன் தொலைபேசி வழியே தொட்டுக் கொண்டிருந்தார்.

அப்பெண் என்னை ஏறெடுத்துக்கூடப் பார்க்கவில்லை. தலைகவிழ்ந்து நின்றுகொண்டிருந்த அவர் முழங்கால் அளவிற்கான ஒரு ஆண் பிள்ளை, அவள் கால்களைக் கட்டிக்கொண்டு நின்றது.

இதற்கு மேல் துல்லியமாய் யாராலும் திட்டமிடமுடியாது என்கிற அளவிற்கு வண்டியிலிருந்த பைகள் மக்களின் வழியே அவர்களின் சிதிலமடைந்த வீடுகளுக்குப் போய்க் கொண்டிருந்தன.

திடீரென ஏதோ ஒரு நினைவால் உந்தப்பட்டு வம்சியைத் தேடினேன். அவன் அக்கூட்டத்தில் இல்லை. நொடியில் பெரும் பீதியடைந்த ஷைலுவின் முகத்தைப் பார்த்து நான் கலவரமடைந்தேன். வெளிக்காட்டிக் கொள்ளாமல் அந்த மைக்கைக் கையில் வாங்கி 'வம்சி, வம்சி' எனப் பெருங்குரலெடுத்துக் கத்தினேன்.

எல்லா ஜனங்களும் திரும்பிப் பார்த்துத் தங்கள் கண்களால் அவனைத் தேடினார்கள்.

எதுவுமே நடக்காதது மாதிரி காலில் கட்டுப்போட்ட காயத்தோடு வயதானதொரு அம்மாவைக் கையில் பற்றியபடி அவன் ஒரு குடிசை இருட்டிலிருந்து வருவதைப் பார்த்தேன்.

சட்டென நாங்கள் எல்லோரும் விட்ட இடத்திலிருந்து துவங்கினோம்.

ஷைலு அவன் முகத்தைத் தன் கைகாளால் தடவிக் கொடுத்தாள்.

இப்படி ஒரு நிகழ்வில் நாங்கள் தவறவிட்ட மகன் சிபி எங்கள் வாழ்நாள் முழுவதும் எங்களுக்குத் தந்துவிட்டுப் போன பெரும்வலி அது.

வம்சி என்னை இன்னும் அடர் இருட்டுக்குக் கூட்டிப்போய், ''அப்பா, இந்த அம்மாவுக்கு அவங்க வீட்டுக்காரர் இல்லை. வீடு இடிஞ்சிடிச்சு, ஆனா ரேஷன்கார்டு இல்ல பாவம்பா'' என முடிப்பதற்குள் நான் வண்டியிலிருந்து திருட்டுத்தனமாக ஒரு பையை எடுத்து அந்தத் தாயின் கையில் கொடுத்தேன்.

தந்தை மகனுக்காற்றும் உதவி.

பவாசெல்துரை

'வம்சி' அந்த அம்மாவின் கையைப்பிடித்துக் கூட்டிக்கொண்டே, பாட்டி இங்க நாய் இருக்குமா? என கேட்கிறான். என் உசுரக் குடுத்தாச்சும் உன்னைக் காப்பாத்துவேன் சாமி'' என அவனுக்குப் பதில் சொல்லிக் கொண்டே அவர்களிருவரும் இருட்டில் மறைவதைக் கவனித்தேன்.

அவனும், நஜீப் மகன் நாசீமுமாக ஒவ்வொரு வீடாக நுழைந்து அதனை அப்படியே காட்சி வடிவமாக அவர்கள் கேமராவுக்குள் கொண்டு வந்திருக்கிறார்கள்.

அவர்கள் வயதில் இப்படி ஒரு துயரம் தோய்ந்த அனுபவத்தை அவர்கள் அடைந்ததில்லை. அவர்கள் இருவருமே நீண்ட நேரம் பேச்சற்றிருந்தார்கள்.

முன்னூற்று ஐம்பது பைகள் தீர்ந்து போனது. குடும்ப அட்டையுடன் வந்தவர்கள், முதியோர் உதவித்தொகை பெறுபவர்கள் எனப் பைகள் சென்றடையாதவர்களுக்கு மீதியைக் கொடுத்துவிடலாம் என நான் சொன்னபோது பலராமன் மிகுந்த ஆக்ரோஷத்தோடு என் வார்த்தையைத் தள்ளிவிட்டார்.

''பக்கத்துக் கிராமத்துல பல மணி நேரமா மக்கள் காத்துக்கிட்டு இருக்காங்கண்ணா; மைக் இருக்குன்னு நீ பாட்டுக்கு எதையும் சொல்லாத'' என நொடியில் வண்டியில் ஏறி எங்களை அடுத்த கிராமத்திற்கு அழைத்துப்போனார்.

கருவேப்பம்பாடி என்ற அந்த சிறு கிராமத்தில் மொத்தம் 215 வீடுகள். எல்லாமுமே இம்மழையில் பகுதியாகவும் முற்றிலுமாகவும் பாதிப்படைந்தவை. தவறவிடாமல் எல்லோருக்கும் பை தந்தோம். குடும்ப அட்டை இல்லாதவர்கள் மொத்தமே பத்து பேர். அவர்களுக்கும் தரச் சொன்னோம்.

அக்கிராமத்து இருட்டிலும், ஒரு வயதான அம்மா என் முதுகைச் சுரண்டி, ''எனக்குக் கார்டு இல்ல கண்ணு, ரெண்டு நாள் பட்டினி'' என்ற

வார்த்தையை முடிப்பதற்குள் வண்டியிலிருந்து ஒரு பையைத் திருட்டுத்தனமாய் எடுத்து அவர்கள் மடியில் வைத்து, "திரும்பி பாக்காத போய்டு ஆயா" என ரகசியக் குரலில் சொன்னதை உண்மையென நம்பி, அந்த ஆயா வீடு போய் சேரும்வரை திரும்பிப் பார்க்கவேயில்லை. கையில் பையைக் கெட்டியாய்ப் பிடித்திருந்தார்.

மகள் மானசியும், மோனியும் லாரி மீது நின்று ஒவ்வொரு பையாய் எடுத்து விநியோகித்துக் கொண்டிருந்தார்கள்.

திரும்பி வரும்போது எங்கள் வண்டியில் இன்னும் எழுபது பைகள் இருந்தன. விடுபட்டவர்கள் மட்டும் தீர்த்தனகிரி சாலையில் எதிர்பார்த்து நின்றிருந்தார்கள். அவர்களுக்கும் பகிர்ந்தோம்.

திரும்புகையில் ஒரு பெரும் மௌனம் நிலவியது. பிள்ளைகள் மட்டும் புறப்படும்போது இருந்த உற்சாகத்தின் இருமடங்கைக் கூட்டியிருந்தார்கள். ராகுல் என்ற அந்த மாசுபடாத புது போலீஸ் அவர்களோடு லாரியில் நின்றபடி செல்ஃபி எடுத்து விளையாடிக் கொண்டிருந்தார்.

கடலூர் பஸ்நிலையத்திற்கு எதிரே பாதி ஷெட்டர் மூடப்பட்ட ஒரு ஹோட்டலில் தோசையையும், பரோட்டாவையும் அநியாயத்திற்குத் தின்றுதின்று தீர்த்தோம்.

நஜீப் சட்டென வம்சியைத் தன்னோடு அணைத்து அந்த நடுஇரவில் பலமுத்தங்களைத் தந்தார்.

ஃபரூக் என் தொலைபேசி எண்ணைத் தனக்குள் சேர்த்துக் கொண்டார். ஷைலஜா எந்நேரமும் அழுதுவிடுவாள் போலொரு முகத்தோடு நின்றாள்.

நீண்ட நேரம் அப்படியே சிலைகளென நின்றோம்.

எதுவும் பேசாமல் வண்டியை நிறைத்துக்கொண்டோம். உடனே புறப்பட்டுவிட்டால் அழுகையைத் தள்ளிப் போடலாம்; அதெல்லாம் முடியவில்லை.

எங்கள் தெரு முக்கிற்கு வண்டி திரும்புகையில் அதிகாலை நாலரை.

"அப்பா, அப்படியே இந்த வண்டியிலேயே மலையை ஒரு சுத்து சுத்தலாமா?"

"ம்"

இப்போதுதான் ஆற்றில் குளித்து முடித்த ஒரு பெருயானையைப் போல மலை மேற்கு நோக்கிப் படுத்திருந்தது.

இந்த அதிகாலையில் அதைப் பார்க்கிற நிதானத்தோடு அதற்குமுன் எப்போதும் பார்த்ததில்லை.

சந்திரிகா

மலையாள மாதஇதழ்

உடல்மொழியோடு வாழ்ந்த கலைஞன்

வருடம் எனக்கு நினைவில் இல்லை. அப்போது முதல்வராயிருந்த எம்.ஜி.ஆர். தன்னை விமர்சித்துத் திரைப்படங்களில் காட்சிகள் வருகிறது என்பதால் திரைப்படத் தணிக்கை மசோதாவைக் கொண்டு வந்ததற்கு எதிர்ப்பு தெரிவித்து சென்னை பெரியார் திடலில் ஒட்டுமொத்தக் கலைஞர்களும் படைப்பாளிகளும் சங்கமித்திருந்த தினம் அது. வெளிர்நீலநிறத்தில் ஜீன்ஸ் பேண்டும், வெள்ளை சட்டையும், தன் ட்ரேட் மார்க் தொப்பியுடனும் ஒரு பழைய அம்பாசிடர் காரில் வந்து இறங்கினார் பாலுமகேந்திரா. எல்லோரையும்போல அக்கூட்டத்தில் ஒதுங்கி நின்று என் ஆதர்சன கலைஞனைத் தரிசித்தேன். தேர்ந்தெடுத்துக் கொண்ட மிகுந்த நிதானத்துடன் மேடையேறினார். தன் கவித்துவமான உரையை இப்படித் துவங்கினார்.

''கேமராவை என் உயிராக மதிப்பவன் நான். அதன் மீது ஒரு ஆக்டோபஸ் அடைத்துக்கொண்டு நிற்பதைச் சகித்துக்கொள்ள முடியவில்லை.''

இச்சொற்கள் மட்டுமே எனக்குப் போதுமானதாக இருந்தது. அங்கிருந்து வெளியேறி சாலையோரம் நெடுநேரம் சுற்றிக் கொண்டிருந்தேன். ஊர் திரும்பிய பிறகும் என் நினைவுகள் அந்த அம்பாசிடர் காரையும், எழுந்தடங்கிய கரவொலியையும், கேமராவை வழி மறிந்து நிற்கும் அந்த ஆக்டோபஸ் படத்தையும் சுழன்றடித்துக் கொண்டிருந்தன.

மனம், பாலுமகேந்திரா எனும் அப்படைப்பாளியை ஒரு முறை தனிமையில் சந்திக்கக் கோரியது. உடனே கனவு மெய்ப்பட்டது. நானும், நண்பர் பிரளயனும் அருணாசலம் ஸ்டுடியோவில் படப்பிடிப்பின் இடைவேளையில் ஒரு தனியறையில் உட்கார்ந்து ஒரு மணி நேரம் உரையாடின வாய்ப்பு அது. கருத்தியல் ரீதியாகத் தவறாக எடுக்கப்பட்ட ஒரு திரைப்படத்திற்கு முற்போக்கு எழுத்தாளர் சங்கத்தின் சார்பாக ஒரு பாராட்டு விழா நடத்தப்பட்டிருந்தது. 'எப்படி பிரளயன் இப்படி நடக்குது? ஒரு பிரச்சினையைச் சரியா, டீல் பண்ணத் தெரியலைன்னா அமைதியா இருந்துடணும். தப்பா எடுக்கக்கூடாது. பெரும்பான்மை சமூகம் சிறுபான்மையினர் மீது நடந்துவதற்கும் பெயர் தாக்குதல். கலவரம் அல்ல. அது கலவரம்ன்னு நாம சொன்னா நாம தப்பு பண்றோம். இதைச் சரியா அனலைஸ் பண்ணாம ஒரு படைப்பை அவசர அவசரமா உருவாக்கினா அது அறியாமை. அந்த நிகழ்வைப் பணமாக்குற அவசரம். இதை உங்கள மாதிரி ஆட்களே சரியா புரிஞ்சுக்காம பாராட்டுவிழா நடந்தறீங்க! என் நம்பிக்கைகள் சரிய ஆரம்பிக்குது'.

சமூகத்தின் மீது பற்றுள்ள ஒரு கலைஞனின் ஆவேச உஷ்ணம் அந்த அறை முழுக்கப் பரவியிருந்தது. அதன் வெப்பத்தைத் தாங்க முடியாமல் நான் வெளியேற முயன்றேன். அவர் என்னைத் தடுத்து 'எங்க போறீங்க? உட்காருங்க என்றார்'. 'அது ஏதோ ஒரு கிளையில நேர்ந்த தப்பு சார்' பிரளயனின் குரலில் நடுக்கமிருந்தது.

'எப்படி பிரளயன் இப்படியெல்லாம் சொல்றீங்க? இதை நான் செய்யல. என் கைதான் செய்ததுன்னு. அது உங்க உறுப்பு. சரியில்லைனா வெட்டிப்போட்டுடுவிங்களா?'

அறையெங்கும் உஷ்ணம் தகித்தது. எங்கள் மௌனத்தால் அதைக் குறைக்க முயன்று தோற்றோம். அச்சந்திப்புதான் பாலுமகேந்திரா எனும் கலைஞனை எனக்குள் முழுவதுமாய்க் கொண்டுவந்தது.

அமைதி ததும்பும் அவர் முகம் எப்போதும் எனக்கு உஷ்ணத்தையும், ரௌத்திரத்தையுமே உணர வைக்கும்.

அழியாத கோலங்களில் ஆரம்பித்து, அது ஒரு கனாக்காலம் வரை ஒவ்வொரு படைப்பையும் ஒவ்வொன்றாய்க் கால இடைவெளிகளில் பார்க்க ஆரம்பித்தேன். உச்சத்தைத் தொட்டவை, தொட முயன்றவை, படைப்பாகக் கை கூடாதவை, எதற்காகவோ சமரசமானவை என்று எல்லா உணர்வுகளையும் திரைவழியே ஓர் இருட்டறையிலிருந்தே ஸ்வீகரிக்க முடிந்தது.

காலத்தின் ஏதோ ஒரு புள்ளி எங்கள் இருவரின் கரங்களையும் இறுக பிணைத்திருந்தது. வம்சி புக்ஸ்சின் முதல் புத்தகமான திலகவதி குறுநாவல்களை வெளியிட அவரையும், பெற்றுக்கொள்ள பி.சி.ஸ்ரீராமையும் அழைத்திருந்தோம். இருவருமே மொழியைக் கைகளின் வழியே கடத்தக் கற்றிருந்தார்கள். அன்று மதியம் எங்கள் வீட்டில் நடந்த விருந்து இருவரையும் உற்சாக மனநிலைக்குக் கொண்டு போனது. மதிய உணவிற்கும், மாலை நிகழ்விற்குமான இடைவெளி நான்கு மணிநேரம்.

என் நண்பர் எஸ்.கே.பி.கருணா அவருடைய கல்லூரி கலையரங்கிற்கு 300 பேரை வரவழைத்தார். பி.சி.யும் அவரும் அப்போதுதான் முகிழ்ந்த ஒரு பூவைக் கையிலேந்தி ஓடும் சிறுமியைப் போலக் கையிலிருந்த தன் இரு படங்களோடு அக்கலையரங்கிற்கு விரைந்த அந்த இரு கலைஞர்களின் கால்களின் வேகத்தை என் வீட்டு மொட்டை மாடியில் நின்று அளவெடுக்க முயன்றேன்.

அந்நிகழ்வு எங்கள் இருவருக்குமிடையேயிருந்த எல்லாவற்றையும் துடைந்தெறிந்து தூய்மையாக்கியது.

அழியாத கோலத்தில் ஷோபா டீச்சரின் அழகை, மூன்றாம் பிறை ஸ்ரீதேவியின் குதூகலத்தை, 'யாத்ரா'வில் மம்முட்டி, ஷோபனாவின் காதலை, 'வீடு' திரைப்படத்தில் அர்ச்சனாவின் சோகத்தை, அது ஒரு

கனாக்காலத்தில் தனுஷின் தவிப்பை என்று ஒவ்வொரு சந்திப்பிலும் அவரிடமிருந்து ஒவ்வொன்றை நான் அடைந்த தருணங்கள் இன்றளவும் என்னால் அடைகாக்கப்படுபவை.

தொலைபேசியில் நிகழ்ந்த ஒரு சிறு உரையாடலின் முடிவில் அவர் எங்களுடன் திருவண்ணாமலையில் இருந்தார். மலைசுற்றும் பாதையின் விளிம்பிலுள்ள ஒரு விடுதியில், ஜன்னலைத் திறக்காமலேயே மலை தெரியும் 101ஆம் அறையை அவர் தேர்ந்தெடுத்தார்.

'ஓ.கே. பவா, நான் குறைந்தது பத்து நாட்கள் இங்கிருப்பேன். ஒவ்வொரு நாளும் காலை முதல் எனக்கு இத்தனிமையைத் தாங்கிக் கொள்ளும் வரை எழுதுவேன். முடியாதபோது காரெடுத்து வம்சிக்கு வருவேன். எப்போவெல்லாம் சாத்தியப்படுகிறதோ அப்போதெல்லாம் ஷைலுவிடம் சாப்பாடு வேண்டும் என்பேன். ஆனால், ஒவ்வொரு நாள் இரவிலும் நாம் இருவர் மட்டும் தனியே உட்கார்ந்து குறைந்தது ஒரு மணி நேரம் பேசியாக வேண்டும். இதுதான் என் திட்டம்'.

எல்லா பருவத்திலும் ஆதர்ஷமாக நினைக்கும் ஆளுமை உங்கள் எதிரே நின்று கைபிணைத்து இப்படிச் சொன்னால் நீங்கள் என்னவாய் ஆவீர்கள். நானும் அவ்விதமேயானேன்.

திட்டமிட்ட முதல்நாளே மாலை ஐந்துமணிக்கெல்லாம் வம்சி புக்ஸ் ஸ்டாலுக்கு வந்து கல்லாவிற்கு முன்னிருந்த நாற்காலியில் உட்கார்ந்திருந்தார். எப்போதும் உடனிருக்கும் தொப்பியைத் தவிர்த்து, மப்ளரில் ஒரு மாதிரி தலைப்பாகைக் கட்டி கழுத்தில் ஒரு சுற்று சுற்றியிருந்தார். அலுவலகத்திலிருந்து வம்சிக்கு போன எனக்கே ஒரு நிமிடம் அடையாளம் தெரியவில்லை. நாலைந்து வாசகர்கள் புத்தகங்கள் வாங்கி அவரிடம் கையெழுத்து வாங்கிக் கொண்டிருந்தார்கள். கடைக்குள் நுழையும் ஒவ்வொருவரும் ஒரு நிமிடம் திகைத்து மெல்ல இயல்புக்குத் திரும்பிக் கொண்டிருந்தார்கள்.

‘டேய், பாலுமகேந்திரா சார்டா. வம்சில உட்கார்ந்து கையெழுத்து போடறாரு, சீக்கிரம் வா, நல்ல கேமரா கெடைச்சா கூடவே எடுத்துக்கிட்டு வா‘ போன்ற குரல்கள் கடைக்கு வெளியே சகஜமாக ஒலித்தன.

நான் அவரை ஏறெடுத்தேன். சலனமற்றிருந்தது அவர் முகம். பெரும் சந்தோஷத்திலிருந்தார். நீண்ட நேரம் கடையிலிருந்து விட்டு, ‘‘பவா ரூமுக்குப் போலாமா?’’ என்றார்.

இரவு எட்டுமணிக்கு நானும் அவரும் அந்த 101ஆம் எண் அறையின் பால்கனியில் தனித்திருந்தோம். மலை எங்களிருவரின் முன் பிரமாண்டமான யானையைப்போலப் படுத்திருந்தது.

நீண்ட நேரம் மௌனமாயிருந்தோம். யார் எதிலிருந்து துவங்குவதென ஓர் ஆரம்ப சொல்லிற்கான அவஸ்தை அது.

அவர்தான் ஆரம்பித்தார்.

‘‘ஜெயமோகனோட அக்னிக்காற்று படிச்சிருக்கீங்களா பவா?’’

‘‘படிச்சிட்டேன் சார்.’’

‘‘அதைப் பண்ணலான்னு இருந்தேன்.’’

கதையின் சுருங்கிய வடிவத்தை என் முன்னே வைத்தார். பேச்சு எங்கெங்கோ சுழன்றடித்தது. சித்திக்கும் மகனுக்குமான பாலியல் உறவு அதன் மையம். ஒரு தமிழ்மனம் அதன் திரைவடிவை ஏற்காது என்பது என் வாதம். பேச்சறுந்து பாலாவுக்கு வந்து நின்றது.

‘‘அவனுக்கு என் மீது இருப்பது அன்புன்னு சொல்ல முடியல பவா, அது வெறி. தாங்கமுடியாத வெறி. அது எப்போ எப்படி வெளிப்படும்னு சொல்ல முடியாது. அநேகமாக பாலா அவன் அப்பாவுக்கு அப்புறம் என்னிடம்தான் நிறைய முரண்பட்டான். அது முற்ற முற்ற அதிலிருந்து கொட்டும் அன்பின் கனிகளைக் கையிலேந்திக் கொள்ளலாம் நாம் எல்லோருமே.’’

கவிதை வரிகளைத் தாண்டிய இவ்வுரையாடலால் நான் முற்றிலும் கரைந்திருந்தேன். விடைபெற்று அங்கிருந்து தன்னந்தனியே தூறும் மழைத்துளிகளை முகத்திலேற்று வீட்டிற்கு வந்து கொண்டிருந்தேன். வழிநெடுக இந்த இரு கலைஞர்களின் ஆகிருதிகள் என்னை வெதுவெதுப்பாக்கிக் கொண்டேயிருந்தன.

கேரளாவில் ஓர் இளம் பெண் நிருபர் பாலுமகேந்திரா சாரை மிக நீண்ட நேர்காணல் எடுத்திருந்தார். நானறிந்து அவர் மன ஆழத்திற்குச் சென்று அவரை முற்றிலும் வெளிக்கொண்டு வந்த நேர்காணல் அதுதான். அவரைக் கோபப்படுத்த, துக்கத்துக்குள்ளாக்க, நிலைகுலைய வைக்கவென்று அப்பெண் பலநாட்கள் பயிற்சியும், சில நாட்கள் ஒத்திகையும் மேற்கொண்டிருக்க வேண்டும்.

''ஷோபாவின் தற்கொலையில் உங்களுக்குப் பங்கிருக்குன்னு சொல்றாங்களே?''

நீண்ட மௌனம். அப்படியே உட்கார்ந்திருக்கிறார். இதுவரை யாரிடமுமே பகிர்ந்து கொள்ளாததை உங்கிட்ட பகிர்ந்துக்கிறேன்மா.

''ஷோபா என்னை விட வயசுல ரொம்பச் சின்னவ. கிட்டதட்ட என் மக வயசு.''

''அவளுக்கு என்கிட்ட ஒரு வெறித்தனமான காதல் இருந்தது. பல முறை நான் அதைக் கண்டித்திருக்கிறேன். அதில் நான் வெற்றியடைஞ்சிரலாம்னு நம்பினேன். அப்போதான் அப்படி ஒரு துர் சம்பவம் நடந்துவிட்டது. உயிரற்ற அவள் உடல்முன் நான் நின்றபோது அடைந்த நடுக்கம், இன்னமும் அப்படியே கிடக்கிறது...''

ஒரு கலைஞனா என்னால என்ன பண்ண முடியும், எப்பவுமே சொல்லாததை இப்போ சொல்றேன்.

ஷோபாதான் மூன்றாம்பிறை ஸ்ரீதேவி. இப்போ எல்லாமுமே உங்களுக்குப் புரிஞ்சிருக்கும்னு நெனைக்கிறேன். அந்நேர்காணலை ஷைலஜா தமிழில் மொழிபெயர்த்தாள். பல இடங்களில் அவளால்

அங்கிருந்து நகரமுடியாமல் அப்படியே கிடந்ததைக் கவனித்திருக்கிறேன். ஒரு மனிதனை மீடியா வழியே அறிவதற்கும் அருகிலிருந்து அறிவதற்குமான இடைவெளிகள் அதிகம்.

நானறிந்து அவரும் ஷைலஜாவும் தொலைபேசியில் பேசாத நாட்கள் மிகக்குறைவு. உறைந்திருக்கும் அவர் மௌனத்தின் மீது எப்போதும் ஒரு சிறு கல் எறியப் பயப்படுவேன் நான். ஆனால் அவர்கள் இருவரும் உரையாடுவதை, ஷைலஜா பல இடங்களில் நெகிழ்வதை, அழுவதை, உரையாடலுக்குப் பின் மௌனமாவதை, குழந்தைகளை அழைத்து தாத்தா சொன்னதாகச் சொல்வதைக் கேட்டுக் கொண்டேயிருக்கிற பாக்யவான் நான்.

புதிய படங்கள் பார்த்தவுடன் என்னையோ ஷைலஜாவையோ தொலைபேசியில் அழைத்து அப்படம் பற்றிய தன் உணர்வுகளை அப்படியே பகிர்ந்து கொள்வார். சென்னைப் புத்தகக் காட்சியிலிருக்கும் ஒவ்வொரு நாளும் வம்சிக்கு வந்து உட்கார்ந்து பல எழுத்தாளர்களோடு, வாசகர்களோடு உரையாடுவதை ஒரு பழக்கமாகவே இன்றளவும் வைத்திருக்கிறார். அப்படி அவர் வரும் ஒவ்வொரு நாளிலும் ஒரு புதிய செய்தி இருக்கும்.

''ஷைலு, 'ஆடுகளம்' பிரிவியூ பாத்துட்டு அப்படியே வரேன். அற்புதமான படம். சரியான ஜூரிஸ் அமைந்தால் இந்தப் படத்துக்குக் குறைந்தது ஆறு நேஷனல் அவார்ட் நிச்சயம் என்றார்.''

அது அவ்விதமேயானது.

ஒரு திரைப்படத்தின் அனைத்து நுட்பங்களும் புரிகிற மனதால்தான் இப்படி ஒரு ஆரூடத்தை அளிக்க முடியும்.

பாலாஜி சக்திவேலின் வழக்கு எண் 18/9 பார்த்துவிட்டு அரைமணி நேரம் அதைப்பற்றிப் பேசினார். 'இது தமிழ்ப் படத்தின் அடுத்த பரிணாமம். புதிய இளைஞர்களின் இத்தகைய முயற்சிகள் என் நம்பிக்கைகளை அதிகரிக்கின்றன' என்ற வார்த்தைகள் உலரும் முன்

அதை நண்பர் பாலாஜிக்குக் கொண்டுசெல்ல வேண்டி அவரை அழைத்தேன். சத்யம் தியேட்டரில் படம் பார்த்துட்டு வெளியே வந்த அவரை எதிர்கொண்டு போய்க் கைகளைப் பற்றிக்கொண்டு 'பாலாஜி, என்னைவிட வயசுல சின்னவனாயிட்ட இல்லாட்டி கால்ல விழுந்திருப்பேன்பா' என்று சொல்லியிருக்கிறார் பாலுமகேந்திரா சார்.. 'பவா இதைவிட வேறென்ன அங்கீகாரம் வேண்டுமெனக்கு' என்று நெகிழ்ந்த பாலாஜி சக்திவேலின் பெருமிதம் எனக்குள் அப்படியே கிடக்கிறது.

''நீர்ப்பறவை' பார்த்துவிட்டு அதே சத்யம் தியேட்டரிலிருந்து வெளியே வந்தவரின் எதிரில் சகல எதிர்பார்ப்புகளுடனும் போய் நின்னேன் பவா. ஒரு வார்த்தை பேசல. தன் ரெண்டு கையாலேயும் என் கன்னத்தைப் பிடிச்சி அழுத்தி ஒரு முத்தம். வெள்ளை முடிகள் முகத்தில் பதிந்த அம்முத்தம் தந்த பரவசம் எப்போதும் போகாது பவா'.. இது சீனுராமசாமியின் நெகிழ்ச்சி.

இக்கலைஞன் தன் இளம் தலைமுறையோடு எப்படி ஓர் உறவை வைத்திருக்கிறார்! தன் காலத்திய கலைஞர்களின் வெற்றியை உடல்மொழியால் வார்த்தைகளால் பெருமிதப்படுத்தும் மனம் எத்தனை ஆளுமைகளுக்கு வாய்த்திருக்கிறது?

நண்பர்களுடனான ஒரு காலை நேரச் சந்திப்பில் தன் அருகிலிருந்த பெரிய புகைப்படமொன்றை எடுத்து என் முகத்தருகே நீட்டினார்.

''பவா இந்த ஆள உங்களுக்குத் தெரியுதா?''. அந்த குளோசப் புகைப்படத்தை உற்றுப் பார்த்தேன். ஷைலுவுக்கும் நண்பர்கள் முருகன், கார்த்தி என்று யாருக்கும் அவரை அடையாளப்படுத்த முடியவில்லை.

''இல்லை சார் பார்த்ததில்லை.''

''இல்லயே, இந்த ஆளுக்கு உங்களைத் தெரியுமாமே, உங்க வீட்டுக்குப் பலமுறை வந்ததாகவும், சாப்பிட்டதாகவும் சொல்றாரே'' என்றார்.

கொஞ்சம் ஆர்வத்தோடு மீண்டும் பார்க்கிறோம். பிடிபடவில்லை.

நெற்றியிலிருந்து ஆரம்பித்து மேல்கழுத்து வரை முடிந்த ஒரு புகைப்படம் அது.

எங்கள் ஆர்வத்தை அறிந்து சிறு புன்னகையுடன் அப்புகைப்படத்தைத் தன் முகத்தருகே வைத்தார். எல்லோரும் ஆச்சர்யத்தால் உறைந்தோம்.

'நான்தான் பவா, என் அடுத்த படத்துல காமிர முன்னால நிற்கப் போறேன்'. அவர் என் மகள் மானசியைவிடத் துள்ளலிலிருந்தார். படப்பிடிப்புக்கான வேலைகள் துவங்கியவுடன் அவர் வேறு ஆளாகப் பரிணமிக்கிறார். அதுவரை மௌனத்தால் தன் நிறைமொழியை அடைகாக்கிறார். படப்பிடிப்பில் ஒரு துள்ளல், ஒரு சந்தோஷம் எல்லாமுமாகத் தான் விரும்பியவண்ணம் அதை நிதானமாகக் கடக்கிறார். தன் படைப்பு முகிழும் அக்கணத்தின் உச்சத்தை முதலிலேயே தீர்மானித்து விடுகிறார். அதை நோக்கிப் பயணிப்பது மட்டுமே அவர் வேலை. இப்போது அதனருகே நின்று திரும்பிப் பார்க்கிறார். பெருமிதத்தோடு கூடிய ஒரு புன்சிரிப்பு உதட்டோரம் கசிகிறது.

இன்று பாலுமகேந்திரா சாரின் இரண்டாவது நினைவு நாள்.

''இப்ப புறப்பட்டா சரியா இருக்கும் ஷைலஜாவும், நீங்களும்'' மருத்துவமனையிலிருந்து நேற்று பாலா அழைத்தது மாதிரி இருக்கிறது. அதற்குள் இரண்டு வருடங்கள் கடந்துவிட்டன.

எல்லாமும் முடிந்தது. இதற்கு மேல் என்ன இருக்கிறது?

நான் அவரைப் பற்றி எழுதிய ஒரு கட்டுரையை இன்றைய நாளுக்குச் சமர்ப்பிக்கிறேன்.

உயிரெழுத்து

ஊழித்தீயின் பெரும் தாண்டவம்

ஜனவரி பதினைந்தாம் தேதி சென்னைப் புத்தகக் கண்காட்சியில் 'வம்சி' அரங்கில் உட்கார்ந்திருந்த போதுதான்ஓர் அப்பாவும் மகளும் எங்களைக் கடந்து போனார்கள். எங்கள் எல்லோர் பார்வையும் அவர்கள் மேல் பதிய ஒரே காரணம், அவர்களிருவரும் தங்கள் உடலின் முன் பக்கமும், பின்பக்கமும் அணிந்திருந்த 'நாங்களும் பெருமாள்முருகன்தான்' என்ற வாசகம் எழுதப்பட்ட பதாகைகள்.

ஒரு நிமிடம் நான் அதைப் பார்த்துச் சிலிர்த்துப் போனேன். கருத்துச் சுதந்திரம் வேண்டி ஓர் எழுத்தாளனின் அபயக்குரல் பள்ளத்திலிருந்து ஒலிக்கும்போது, கை கொடுத்துத் தூக்கத் தமிழ்நாட்டில் வெவ்வேறு இடங்களில் வெவ்வேறு விதமான மனிதர்கள் இருக்கிறார்கள் என்ற சக எழுத்தாளனான எனக்கேற்பட்ட பாதுகாப்புணர்வு அது.

நானறிந்து நீலபத்மனாபன், தனுஷ்கோடி ராமசாமி, ஜெயமோகன் என்று பல படைப்பாளிகள் தங்கள் எழுத்துக்காக வெவ்வேறு வகைகளில் மிரட்டவும், தாக்கவும் பட்டார்கள். அப்போதெல்லாம் இப்படி ஒரு எதிர்ப்புணர்வு எழவில்லை. பெருமாள்முருகன் விஷயத்தில் அது உக்கிரமடைந்திருப்பதற்கு அதை எதிர்த்தவர்கள் இந்துத்துவவாதிகளாகவும், சாதியத்தைச் சொல்லிப் பிழைப்பு நடத்துபவர்களாகவும் இருந்தது காரணமாக இருக்கலாம்.

தமிழகம் முழுவதும் உடனடி எதிர்ப்புப் போராட்டங்கள் நடத்தப்பட்டன. இடதுசாரி படைப்பாளிகளும், கலைஞர்களும் இதை முன் கை எடுத்தார்கள், எனினும் சுதந்திரமான பல படைப்பாளிகளும் இதில் கை கோர்த்துக் கொண்டது ஒரு வரவேற்கத்தக்க விஷயம். அப்போது அநேகமாக ஓரிருவரைத் தவிர அந்நாவலை யாரும் முழுமையாக வாசித்திருக்கவில்லை. பிரச்சனை எழுந்தவுடன் அதை ஒரே இரவில் வாசித்து முடிப்பது என்பது எல்லோருக்கும் சாத்தியமற்றது. எல்லோர் முகங்களிலும் கோபமிருந்தது. நாளை யாரும் எதையும் சுதந்திரமாக எழுதிவிடமுடியாது என்ற எதிர்கால அச்சுறுத்தல்கள் அவர்கள் முன்னிருந்ததைக் காணமுடிந்தது. இப்படி தமிழ்நாடு முழுவதும் உக்கிரமான போராட்டங்கள் முன்னெடுக்கப் படுகையில் ''பெருமாள்முருகன் செத்துவிட்டான்'' என அவர் தன் முகநூலில் எழுதியிருந்த ஒரு பதிவு எல்லோரையும் ஸ்தம்பிக்க வைத்தது.

'பெருமாள்முருகனாகிய நான்' என நீதிமன்றக் குரலில் ஆரம்பிக்கப்பட்ட அப்பதிவில், ''இனி என் வாழ்நாளில் ஒரு எழுத்தையும் எழுத மாட்டேன் என்றும், நான் எழுதிய 'மாதொருபாகன்' நாவலை மட்டுமின்றி இதுவரை நான் எழுதிய அனைத்து படைப்புகளையும் திரும்பப் பெற்றுக் கொள்கிறேன். பதிப்பகத்தார் எவரும் என் நூல்களை விற்பனை செய்யவேண்டாம். அதற்கான நஷ்ட ஈட்டை நான் தந்துவிடுகிறேன்'' எனவும் அந்த அறிக்கை சொன்னது.

இப்பதிவு எழுதப்படுவதற்கு முந்தின நாள் அரசு தரப்பிலிருந்து பெருமாள்முருகனையும், அவரின் எதிர்ப்பாளர்களையும் அழைத்து, ஒரு தாழிடப்பட்ட அறையில் பேச்சுவார்த்தை நடத்தப்பட்டிருக்கிறது. அதிலிருந்து வெளிவந்துதான், இத்தனை அதிர்ச்சிகரமானதொரு பதிவைப் பெருமாள்முருகன் எழுதியுள்ளார். அமைப்பு ரீதியாக இல்லாமல், தனித்தியங்கும் எந்தவொரு எழுத்தாளனாலும் சமூக எதிர்ப்பை எதிர்கொள்ள முடியாதுதான். அதுவும் மதமும், சாதியும்

கைகோர்த்துக் கொண்டு வார்த்தைகளின் பலத்தால் மட்டுமே உயர்ந்து நிற்கும் ஓர் எழுத்தாளனின் முன் ஆயிரமாயிரம் கோரப் பற்களோடு நிற்கையில் அவன் உள்ளுக்குள் ஒடுங்கிவிடுவது இயல்புதான்.

ஆனால், பெருமாள்முருகனின் இந்த நிலைப்பாடு இருவேறு விதமாகப் புரிந்து கொள்ளப்பட்டது. ஓர் எழுத்தாளனின் மன உறுதி குலைந்து அவன் சரணடைந்ததைச் சிலரால் அதன் வலியோடு உள்வாங்கிக் கொள்ள முடியவில்லை. இன்னும் சிலபேருக்குப் பெருமாள்முருகனின் இந்த அறிக்கையே, அவருக்குத் தரப்பட்டக் கடுமையான மன உளைச்சலின் வீரியத்தையும், பயமுறுத்தல்களையும், தங்களால் அவருக்குப் பாதுகாப்பு தரமுடியாது என போலீஸ் கை விரித்ததையும், தன்னந்தனியாக தன் குடும்பத்தோடு அவர் நள்ளிரவில் ஊரைவிட்டே வெளியேற நேர்ந்ததையும் அதன் பொருட்டு காற்றடிக்கும் திசையிலெல்லாம் அலைவுற்ற ஒரு பலவீனமான மனதையும் புரிந்துகொள்ள முடிந்தது.

இருபதாம் தேதி சென்னையில் முதுபெரும் கம்யூனிஸ்ட் தலைவர் ஆர். நல்லகண்ணு அவர்களும், மார்க்சிஸ்ட் கம்யூனிஸ்ட் கட்சியின் செயலர் ஜி. ராமகிருஷ்ணன் உட்பட நூற்றுக்கும் மேற்பட்ட சமூகவியலாளர்களும் படைப்பாளிகளும் கைகோர்த்துப் பெருமாள்முருகனுக்கு ஆதரவாகக் களத்தில் நிற்கும்போது இன்னும் விவாதம் 'மாதொருபாகன்' என்ற சர்ச்சைக்குள்ளான இந்த நாவலின் தரம் குறித்து முன்னிறுத்தப்படுகிறது.

நேற்றிரவு முழுக்க இந்நாவலைச் சிறு சிறு இடைவெளிவிட்டு நான் வாசித்து முடித்தேன். இது மிகச் சுமாரான படைப்புதான். மொழியின் பலவீனம், நம் வாசிப்பை மந்தப்படுத்துகிறது. ஆனால் ஒரு குறிப்பிட்ட சாதியை, கோவிலை, நிலப்பரப்பை, ஊரை இது அப்பட்டமாகச் சொல்கிறது என்பதே இதன் மீதான குற்றச்சாட்டு எனில் தமிழிலும் பிறமொழிகளிலும் ஆயிரக்கணக்கான படைப்புகளும் இதைத்தானே சொல்கின்றன.

இது ஒரு மூன்றாந்தர தமிழ்ப்படத்தின் கதை என்று எழுத்தாளர் சாரு நிவேதிதா நிதானித்து வாய் திறந்திருக்கிறார். பிரச்சனை அதுவல்ல. ஓர் எழுத்தாளன் ஒரு புனைவை, அது நடந்ததாக சொல்லப்படும் காலத்தை அளவிட்டு, கள ஆய்வைத் தனக்குள் தக்க வைத்துக்கொண்டு, தான் சார்ந்த சாதியின் ஒரு வரலாற்று நிகழ்வை ஒரு குறிப்பிட்ட குடும்பத்தின் வழியே கூட சொல்ல முடியாதென்றால், இனி சாரு போன்றவர்கள் இவர்களின் பஞ்சாயத்துக்களுக்குப் பிறகே ஒரு வரியையும் எழுத முடியும்.

இதுவரை வெளியாகி வாசிப்பிலிருக்கும் அனைத்துப் பிரதிகளும், அதன் உண்மைக்காக, அதன் சாதி எதிர்நிலை குறித்து, மத பயங்கரவாதம் குறித்து, பாலுறவுகள் குறித்தெல்லாம் கூட ஆர்.டி.ஓ. பஞ்சாயத்துக்கு உட்படுத்தப்படும்.

பொதுவெளியில் இயங்குபவன் என்ற போதிலும் ஓர் எழுத்தாளன் என்பவன் தன்னளவில் தனிமையானவன்தான். அவன் எழுத்து இரகசியமானதும் மர்மம் நிறைந்ததும்தான். ஆனால், அது நாவலாவதற்கு முன். அது நாவலாக வெளிவந்த பின் ஒரு பொதுவான படைப்பாகச் சமூகத்தின் முன் வைக்கப்படுகிறது. அது ஒவ்வொரு வாசிப்பிலும், வேறு வேறு விதமாகப் புரிந்து கொள்ளப்படுகிறது. ஒரே வாசிப்பாளனின் பல்வேறு மனநிலைகளில் அதே நாவல் முற்றிலும் வேறொன்றாகப் புரிந்து கொள்ளப்படும். அதற்கு எப்படி எதிர்வினைகளை ஆற்றுவது என்பது மட்டுமே இப்போது தமிழ் சமூகத்திற்கு முன் எழுப்பப்படும் மிக முக்கியக் கேள்வியாக இருக்கிறது.

'மாதொருபாகன்' நாவலில் வரலாற்றைத் திரித்து கள ஆய்வை மாற்றி, எழுத்தாளனால் எழுதப்பட்டிருந்தால் அதை எழுத்தால் மட்டுமே எதிர் கொள்ள வேண்டும். அல்லது நீதிமன்றத்தில் வழக்கு தொடுத்துத் தங்கள் தரப்பை நிரூபிக்கலாம். ஆனால் மத ரீதியாகவும், சாதி ரீதியாகவும் உணர்வுக் கொந்தளிப்புகளில் தங்கள் சொந்த

மதத்தையும் சாதியையும் வைத்திருப்பவர்கள் கையாளும் மொழி அது இல்லையென்பது நாம் அறியாததல்ல.

இப்புனைவின் ஒரு வரியைக் கூட வாசிக்காதவர்களே இந்த எதிர்ப்பு வரிசையில் முன்னணியில் நிற்கிறார்கள். மதமும், சாதியும் தரும் திமிர் இவர்களைத் தாங்கிப் பிடிக்கிறது. எழுத்தை மட்டுமே தன் ஆன்மபலமாக நினைக்கும் ஓர் எழுத்தாளன் இக்கோரப்பிடியிலிருந்து தப்புவதென்பது எளிதல்ல. வரலாறு முழுக்க இது நிகழ்ந்திருக்கிறது. ஆனால் சொற்களின் பலத்தால் மட்டுமே நின்ற படைப்பாளிகளே இன்றுவரை வரலாறுகளில் நிலைத்து நிற்கிறார்கள்.

ஜெயமோகனின் ‘வெண்கடல்’ தொகுப்பில் ‘அம்மையப்பம்’ என்றொரு கதை உண்டு. அது ஒரு கலைஞனான ஆச்சாரியைப் பற்றிய கதை. கலைஞனுக்கும், பைத்தியத்திற்குமான இடைவெளியே ஒரு சிறு கோடுதானே! அப்படி ஓர் ஆள் அந்த ஆச்சாரி. அக்கதையை எழுதியத்தற்காக ஜெயமோகன் மிகத் தீவிரமாகத் தேடப்பட்டார். அவர் சொந்த ஊரில் காளி அவரை வதம் செய்வதுபோல பேனர்கள் வைக்கப்பட்டன. சுமார் மூன்று மாதம் அவர் பக்கத்து மாநிலத்திற்கு வசிப்பிடத்தை மாற்ற வேண்டியிருந்தது.

அப்படியென்றால் மானுட வாழ்வின் தனித்தனி இனக்குழுக்களாக, சாதி என்ற பெயரில், பிரிந்திருக்கும் எந்த மனிதனையும் இனி அ, ஆ என்ற குறியீட்டில்தான் எழுத்தாளன் குறிப்பிட முடியும்.

பெருமாள்முருகனின் இந்த நாவலில் காலம் நேரடியாகச் சுட்டப்படவில்லை. ஆயினும் காளியும், அவனோடு சேர்ந்த மற்ற கதாபாத்திரங்களின் உடை, அவர்களின் தலைமுடி இவைகளை வைத்துக் கதை நூறாண்டுகளுக்கு முன் நிகழ்ந்தது என்பதை ஓர் ஆரம்பகால வாசகனால் கூட உணர்ந்து கொள்ளமுடியும். தங்கள் சொந்தச் சாதியில் ஒரு நூறாண்டுகளுக்கு முன் நடந்ததாகச் சொல்லப்படும் நிகழ்வைக்கூடத் தாங்கிக்கொள்ள முடியாமல் பீறிடுவதுதான் இன்றைய சாதியத்தின் உப்பிப் பெருகிய கோர முகம்.

நான்காண்டுகளுக்கு முன் எழுதி வெளியான இந்த நாவல் இதுவரை எந்தச் சலனத்தையும் ஏற்படுத்தவில்லை. இதன் ஆங்கில மொழிபெயர்ப்பு வெளியான பின் இது வாசிக்கப்பட்டு, மத அடிப்படைவாதிகளால் முன் மொழியப்பட்டு, சாதியத்திற்குத் தத்துக் கொடுக்கப்பட்டிருக்கிறது.

கருத்துச் சுதந்திரத்திற்கு எதிராக நெறிபடும் ஒரு படைப்பாளியின் குரல்வளையைக் காப்பாற்ற வேண்டி தன்னியல்பாகத் தமிழகமெங்கும் நானெப்போதும் கேட்டிராத எதிர்ப்புக் குரல்கள் கேட்கத் துவங்கியுள்ளன. படைப்பின் மீதான நம்பிக்கையைத் தரும் கவிஞர் கலாப்பிரியாவின் புகழ்பெற்ற கவிதை ஒன்றுண்டு,

சித்தப்பாவின் சாவு வீட்டில்

குடித்து, கும்மாளமிட்டு

கொண்டாடி தீர்க்கும் அவர் சாவிலும்

இதெல்லாம் நிகழ்ந்தது

என்பது போல முடியும் அக்கவிதை.

இதை உணராதவர்கள்தான் இதன் தீவிரத்தைக் குறைக்க என்னன்னவோ வழிகளில் தங்களை வெளிப்படுத்துகிறார்கள். ஆனால் படைப்புச் சுதந்திரத்திற்கு எதிராக இப்போது துவங்கியிருப்பது ஊழித்தீயின் பெரும் தாண்டவம் என்றுதான் தோன்றுகிறது.

தேசாபிமானி நாளிதழ்

சந்திரிகா உரையாடல்

எழுத்தாளர் சிஹாபுதீன் பொய்த்தும் கடவு, ‘சந்திரிகா’வின் இலக்கிய பகுதியின் ஆசிரியருங்கூட.

எங்கள் மாமரத்தடியில் நடந்த தமிழ் மலையாள இலக்கியம் குறித்த ஓர் உரையாடல் சந்திரிகாவில் 20 பக்கங்கள் பிரசுரமாகிக் கேரளாவின் பல வாசகர்களால் வாசிக்கப்பட்டது. அது பின் தமிழில் புத்தகம் பேசுது இதழிலும் பிரசுரமானது.

என்னோடு உரையாடலில் பங்கேற்றவர்கள் மிஷ்கின், சிஹாபுதீன், ஷாஜி, ராஜகோபால், கே.வி.ஜெயஸ்ரீ, கே.வி.ஷைலஜா.

ஷாஜி:

வழக்கமா தமிழ், மலையாளக் கலாச்சாரங்களுக்கிடையில் நிகழும் பரிமாற்றங்கள் பற்றி நாம பேசப்போறோம். சினிமா, கலை, இலக்கியம் எதுவாக இருந்தாலும் ஒரு 450 வருஷத்துக்கு முன்னால் மலையாளம் என்ற ஒரு மொழியே இல்லை. இன்னைக்கு இருக்கிற வடிவத்தில் இல்லை. அதுக்கு முன்னாடி தமிழ்-மலையாளம் கலந்த ஒரு மொழியும் அதற்கு முன்னால் தமிழ் மொழி மட்டுமே இந்த இரு கலாச்சார மொழியாகவும் இருந்திருக்கிறது. சமீப 400-450 ஆண்டுகளாத்தான் இது ரெண்டு மொழியாகப் பிரிந்து ரெண்டு கலாச்சாரமா மாறியிருக்கு.

அப்ப அதுக்குள்ள மொழியை வச்சு ஆளுங்கள அடையாளம் காட்டுறதுங்கிற சிறுமையான ஒரு விஷயம் சமூகத்துல இருந்துக்கிட்டே இருக்கு. சாதி, மதம், மொழி, இனம்-னு பிரிச்சுப் பாத்துக்கிட்டே இருக்கோம்.

மலையாள மொழி பற்றிப் பேசும்போது திருவனந்தபுரம் மொழி, ரொம்பக் கேவலமாக இருக்கும். கொல்லத்துல பேசறது கொஞ்சம் பெட்டரா இருக்கும். சென்ட்ரல் கேரளத்துல பேசறது அற்புதமா இருக் கும் அப்படிங்கறதெல்லாம் ஒண்ணுமில்லே. திருவனந்தபுரம் மலையாளத்துலதான் ஜெயமோகன் எழுதறார். அற்புதமான அந்த வட்டார மொழியிலதான், சமஸ்கிருதத்தைத் தவிர்த்து எழுதுகிறார். சிஹாபுதின் வட கேரளத்தின் கண்ணூர் முஸ்லிம் மொழியில் எழுதுகிறார்.

ஒவ்வொரு வட்டார உணவுக்கும் ஒரு ருசி இருப்பதுபோல, அந்தந்தப் பகுதி மொழிக்கும் ஓர் அழகு இருக்கிறது. ஆனாலும் அதிகார மட்டம் செய்யிற வேலையான்னு தெரியல, மக்கள் மனதுல பிரிவினையா சிலது ஏறிட்டிருக்கு. இதனோட ஒரு பகுதியாகத்தான் தமிழனை, பாண்டிக்காரன் என மலையாளிகள் சொல்வது. ஜெயமோகன் சொல்வார், 'தமிழனைப் பற்றி ஒட்டுமொத்தமா மலையாளிகளோட கற்பிதம் என்னவென்றால், குளிக்காத, பல்லு வைளக்காத, Low level hygiene உள்ள பாண்டிகள், ஒரு Pondy Style ஆணல்லோ' என்று. பாண்டிய மன்னர்கள் ஆட்சி செய்வது. திருவனந்தபுரம் பக்கத்தில பூதப்பாண்டி என்ற ஒரு ஊரே இருக்கு. பாண்டி என்ற வார்த்தையை வச்சுக்கிட்டே மலையாள Literature-ல நிறைய Reference இருக்கு. பாண்டிக்குப் போனவன் பரியத்து-னு சொல்லுவாங்க. பாண்டிக்குப் போறது ஒரு நீண்ட தொலைதூரப் பயணமாக இருக்கும். ஆனா நம்பக்கூடாது, அவன் வீட்டுக்குப் பின்னாடியும் இருப்பான். பாண்டிகளை நம்பக்கூடாதுன்னும் இருக்கு. ஆனா தமிழ்லயும் அது இருக்கு. மலையாளத்தானை

நம்பக்கூடாதுன்னு இங்கேயும் சொல்லுவாங்க. கொலையாளிய நம்பினாலும் மலையாளியை நம்பக்கூடாதுன்னு சொல்லுவாங்க. இதெல்லாம் ஒரு கலாச்சாரத்துல தேவையில்லாம வந்து சேர்ந்த ஒரு சிறுமைன்னுதான் நினைக்கிறேன்.

ஆனா அதே நேரத்துல இப்போதைய New generation மலையாளப் பசங்களுக்கெல்லாம் மிஷ்கின் ஒரு பெரிய ஆதர்ஷம். அவங்க தமிழ் சினிமா எடுக்கத்தான் விரும்புறாங்க. இப்ப ஒட்டுமொத்த மலையாளப் படங்களோட ரெகார்டையும் தகர்த்த பிரேமம் என்ற படத்தோட கதாநாயகி ஒரு தமிழ்ப் பொண்ணுதான். தமிழ் சினிமா மேலயும் தமிழ்ப் பாடல்கள் மேலயும், தமிழ்க் கலாச்சாரம் மேலயும், பாண்டி என்று சொன்னாலும் உள்ளூர அவங்களுக்கு ஒரு பெரிய மோகமே இருக்கு. இந்த மாதிரி கலாச்சாரப் பரிமாற்றங்கள் பற்றியும் இப்ப நாம பேசலாம். தமிழ் சினிமா பாதிப்பில் எடுக்கப்பட்ட பிரேமம் பயங்கர ஹிட். அதில் உங்களுக்கெல்லாம் நன்றி கார்டு போடுகிறார்கள். தமிழ் சினிமாதான் பண்ணணும்னு விரும்பற பையன், அவன் முதல் படம், தமிழ் மற்றும் மலையாளத்துல நேரம்-னு ஒரு படம் பண்ணியிருக்கான்.

மலையாளப்படங்கள் பற்றி உங்களோட பார்வை என்ன?

மிஷ்கின்:

ஒரு 25, 30 வருஷத்துக்கு முன்ன இந்தியாவுக்குள்ள டி.வி-ன்னாலே தூர்தர்ஷன் மட்டும்தான் இருந்துச்சு. அது இந்தியாவை டோட்டலா கனெக்ட் பண்ணுச்சு. ஒவ்வொரு ஞாயிற்றுக்கிழமையும் ஒரு மலையாளப்படம் பார்க்கிற வாய்ப்பு இருந்துச்சு. நான் சிறு வயது முதல் எனக்குத் தெரிஞ்சு, சிவாஜிக்குப் பிறகு மிகப் பெரிய நடிகராகப் பார்த்தது கோபியைத்தான். என்னோட 13 வயசுல, வழுக்கைத்தலையும், வேட்டியுமா அவர் சாதாரணமாப் பேசி நடிச்சது எனக்கு வாழ்க்கையை ரொம்ப நெருக்கமாப் பாத்ததாத் தெரிஞ்சது. இன்னிக்கு வரைக்கும் அவரோட நடிப்பை இந்தியாவுல யாராலயும் தாண்டமுடியலைன்னு தான் சொல்வேன். என்னோட ஆதர்ஷ

புருஷனா, ஒரு ஆக்டரா இருந்து, ரொம்பச் சாதாரணமான இடத்துல இருந்து, ரொம்பச் சாதாரணமா தன்னோட வாழ்க்கையைப் பார்த்து, மொழியையும் சேர்த்து ரொம்ப இனிமையாகவும், என் இதயத்துக்கு ரொம்பப் பக்கத்துல அவர் என்னைக் கூப்பிட்டுப் போனதாத்தான் நான் நினைக்கிறேன்.

சிவாஜி ஒரு பெரிய ஆளாக, கமலஹாசன் ஒரு பெரிய ஆளாகத்தான் எனக்குப் பட்டுச்சு. ஒரு பூதாகரமானவங்களாத்தான் அவங்க தெரிஞ்சாங்க. ஆனா, கோபி எனக்கு ரொம்ப நெருக்கமா இருந்தார். அதற்கப்புறம் நான் ஒரு டைரக்டர் ஆனபோது, நான் யோசிச்சுப் பார்த்தபோது, என்னையறியாமல் நான் acting-ஐ எங்கே கத்துக்கிட்டேன்னா, ஒரு acting-ஆ ஒரு Perception-ஆ கோபிதான் எனக்குக் கத்துக் கொடுத்தார். நான் அதிகமா மலையாளப்படங்கள் பார்த்ததில்லை. செம்மீன் மாதிரி சில படங்கள்தான் பார்த்திருக்கேன். ஆனா மலையாளப் படங்கள்ல ஒரு பெரிய எளிமை இருக்கு. முக்கால்வாசி, 99 விழுக்காடு படங்கள்ல, அவங்க வேஷ்டியைக் கட்டிக்கிட்டு, ஒரு துண்டைக் கட்டிக்கிட்டு அவங்களுடைய நகரமல்லாத ஒரு கிராமம் சார்ந்த படங்களாத்தான் இருந்துச்சு.

அப்ப இங்கிருந்து பார்க்கும்போது என்னுடைய ஆதி மாதிரி எனக்குத் தெரிஞ்சது. நானும் கிராமத்தில இருந்து வந்தவன்தான். என்னுடைய மூதாதையர் மாதிரிதான் தெரிஞ்சாங்க. ஆனா அவங்க மொழி வேறா இருந்துச்சு. ஆனா சினிமாவுக்கு மொழி தேவையில்ல. இன்னிக்கு வரைக்கும் எனக்கு மலையாளத்துல ரெண்டு வார்த்தைகூட பேசத்தெரியாது. நான் என்னோட முதல் படத்துல இருந்து இன்னிக்கு வரைக்கும் மலையாளிகளோடத்தான் ஒர்க் பண்ணியிருக்கேன். ஆனா அவங்க பேசறது மலையாளமாகத் தெரியாது. தமிழாகத்தான் தெரியும். என்னையும் சில பேர் கேரளாவுக்குள்ளே போகும்போது பாண்டின்னு சொல்லியிருக்காங்க. ஆனா என்னுடைய நண்பர்கள் என்னை அவ்வளவு இனிமையாகத்தான் treat பண்ணியிருக்காங்க.

ஷாஜி:

விக்கிபீடியாவில் உங்களோட பிறப்பிடம் கேரளான்னு போட்டிருக்கான்.

மிஷ்கின்:

என்னோட அஸிஸ்டன்ட் டைரக்டர் என்கிட்ட சொன்னான். நான் அது அப்படியே இருக்கட்டும்னு சொல்லிட்டேன். ஏன்னா என்னைப் பொருத்தவரை என்னோட சகோதரர்கள்தான் அவங்க, என்னோட நாடுதான் அது. நாடு சார்ந்த ஒரு மலையைச் சார்ந்தவங்கதான் அவங்க. அதனால நான் ஒரு மலையாளியாகவே இருந்துட்டுப் போறேன்னு அப்படியே விட்டுட்டேன். என் life-ல அது ஒரு புதிர்தான். நான் மலையாளியா இல்ல தமிழனா என்பது. இல்ல முதல்ல நான் ஒரு மனிதன். அதுக்குப்பிறகு இந்தப் பிரிவுகள் தேவையே இல்லை.

என்னோட முதல் சினிமாவில் திரு என்ற கதாபாத்திரத்தை எழுதும்போது தமிழ்நாட்டுல இருக்குற எல்லா நடிகர்களையும் தேடும்போது என்னோட அஸிஸ்டன்ட் டைரக்டர் ஒருநாள் டி.வி.-யில ஒரு படத்தைப் போட்டுக் காட்டினான். நரேன் நடிச்ச படம். நரேனைப் பார்த்துக்கிட்டே வந்தேன். நரேன் படத்துல கொஞ்சம் மாநிறமா இருந்தான். என் அஸிஸ்டன்ட்-இடம் ஒரு நிமிடம் டி.வி.-யை நிறுத்தச் சொன்னேன். நான் அந்த டி.வி.-யில் அவன் முகத்துல மீசையை வரைந்தேன். இவன்தான் என்னோட திரு-ன்னு சொன்னேன். திரு என்பது முழுக்க முழுக்க ஒரு தமிழ் சார்ந்த கதாபாத்திரம். ஆனா நான் என் திரு-வை அவன் மூஞ்சியிலதான் பார்த்தேன். அப்ப நான் திருச்சூர்ல போய்க் கதை சொன்னபோது, அவனுக்குத் தமிழ் தெரியாது. நான் அவன்கிட்ட, ''உங்கிட்ட கொஞ்சம் மலையாளம் இருக்கு, நீ ஷூட்டிங் ஸ்பாட்டுக்கு வரும்போது, நான் ரிகர்சல் பண்ணும்போது நீ, திருவா மாறி இருக்கணு''ம்னு சொன்னேன். நீங்க நம்ப மாட்டீங்க, அவன் ஒரு மாசம் கழித்து எங்க ஆபிஸ் வந்து

கதவைத் தட்டினான். நான் அவன்கிட்ட நீ யார்னு கேட்டேன். நான்தான் நரேன்னு அவன் சொன்னான்.

அதாவது இந்த மலையாளி, தமிழ், கன்னடம், தெலுங்கு-ன்னு பிரிச்சுச் சொல்றது ஒரு பரிதாபமான விஷயம்தான். அதுவும் இந்தக் காலத்துல - இந்த 21-ம் நூற்றாண்டுல, எனக்கு வலப்பக்கம் இருக்கிற ஒரு நாட்டில இருந்து, வேற கலாச்சாரம் இருக்குறதுனால, வேற மொழி பேசறதால என்னோட சகோதரர் இல்லைன்னு சொல்றது வெக்கக்கேடான விஷயமா நான் பார்க்கிறேன். சகோதரர் கூட இல்லை, என்னுடைய உயிர்கூட இல்லை. என்னில் பாதிதான் அவன். நான் அப்படித்தான் மலையாளிகளைப் பார்க்கிறேன்.

ஷாஜி:

பவா, நீங்க மலையாளத்திலயும் அறியப்படக்கூடிய ஒரு எழுத்தாளர். உங்களோட தொடர்கள் தொடர்ந்து அங்கே வந்து கொண்டிருக்கிறது. உங்களோட படைப்புகள் மொழிபெயர்க்கப்பட்டு அங்கே வந்திருக்கிறது. மலையாளம் படிக்க மாட்டீங்க, பேசவும் மாட்டீங்கன்னு தெரியும். ஆனால் கேரளாவுல அவ்வளவு பெரிய following இருக்கு. தொடர்களெல்லாம் தேசாபிமானி வீக்லியில் வந்திருக்கிறது. நீங்க உங்க அரசியல் சார்ந்த- மலையாளிகளில் கம்யூனிஸ்ட்டுகள் அதிகம். நீங்களும் ஒரு கம்யூனிஸ்ட்டா இருந்திருக்கீங்கன்னு நெனக்கிறேன். பார்ட்டி உறுப்பினராக இல்லையென்றாலும். இந்த விஷயங்கள் மலையாளிகளோட கம்யூனிஸம், மலையாளிகளோட இலக்கியம், இலக்கியம் சார்ந்த பற்று, இந்த ரெண்டையும் நீங்க எப்படிப் பார்க்கிறீர்கள்?

பவா:

Childhood-ல இருந்தே எனக்குன்னு ஒரு politics இருக்கணும்னு நெனச்சேன் நான். ஆனா அது கட்சி சார்ந்த politics கிடையாது. அரசியல் சார்ந்த politics கிடையாது. எனக்குன்னு ஒரு left ideology

இருந்தது. அவ்வளவுதான். அதுக்கு மேல நான் மூவ் ஆகவேயில்லை. அப்புறம் பார்ட்டி சார்ந்த ஆட்களும் நான் அதுக்கு மேல மூவ் ஆகக்கூடாதுன்னுதான் நெனச்சாங்க. போதும்னுதான் நெனச்சாங்க. ரெண்டு நாளைக்கு முன்னாடி சுந்தர ராமசாமியோட கதைகள் எல்லாம் சொன்னேன். அப்போ response பண்ணின ஒரு பையன், எனக்குத் தெரிஞ்சு தமிழ் முற்போக்கு உலகத்துல சுந்தர ராமசாமியைப் பற்றிப் பேசிக்கிட்டு இருக்குற ஒரே ஆளு நீங்க மட்டும்தான்னு சொன்னான். அது உண்மைதான். ஏன்னா, ஒரு 20, 25 வருஷத்துக்கு முன்னாடியே ஜெயமோகனையெல்லாம் நான்தான் த.மு.எ.க.ச. (Tamilnadu Progressive Writters and Artist`s Association)-வுக்குக் கூட்டிட்டு வந்து பேச வச்சேன். அது பெரிய சர்ச்சையாக எல்லாம் ஆச்சு. ஆனா இவன்தான் முக்கியமான ரைட்டர். உண்மையான ரைட்டர்னு நான் அப்பவே சொன்னேன். போராடினேன். ஆனா, ஜெயமோகனுக்கு எல்லாம் கூட அதைப் பற்றித் தப்பான அபிப்பிராயங்களெல்லாம் வந்துச்சு. என்னன்னா, 'என்னைக் கூப்பிட்டு கட்சி மிரட்டியது, ஏன் இப்படிப் பண்ணினேன்னு கேட்டுச்சு என' ஆனா அப்படி ஒண்ணுமே நடக்கலே.

ரொம்ப free-ஆன ஒரு இடத்தைத்தான் பார்ட்டி எனக்குக் கொடுத்துச்சு. நான் எப்பவுமே பார்ட்டி சார்ந்த ஆளா இல்லை. சிந்தனாரீதியா எனக்கு ஒரு left politics உண்டு. அவ்வளவுதான். மலையாளத்துல ஸ்டான்லி-ன்னு ஒருத்தர்தான்-என்னைக் கேட்காமல்தான்- ஒரு கதையை translate பண்ணினார். அது தேசாபிமானியில் வந்தவுடன் தொடர்ந்து பல கதைகள் பல பத்திரிகைகள்ல வர ஆரம்பிச்சது. உடனே தேசாபிமானியோட எடிட்டர் திரு. மோகனன் என்னிடம் ஒரு தொடர் எழுத முடியுமான்னு கேட்டார். நான் உலகத்துலயே சோம்பேறியான ஒரு ரைட்டர். ரொம்பக் குறைவா எழுதணும்னு நினைக்கிற ஆளு. அப்புறம் என்னால ஒரு தொடர் எழுத முடியுமான்னு தெரியலைன்னு சொல்லிக்கிட்டே இருந்தேன். ஆனா தமிழ்ல ஒரு தொடர் மீடியா வாய்ஸ் என்ற

பத்திரிகையில எழுதிக் கொண்டிருந்தேன். அந்த தைரியத்தி உடனே தேசாபிமானிக்கும் சரின்னு சொல்லிட்டேன். Dr. டி.எம். ரகுராம்தான் translate பண்ணினார்.

இன்னிக்கும் கேரளாவுல இருந்து 2, 3 புது போன் எனக்கு வந்துக்கிட்டே இருக்கு. ரெண்டு வாசகர்கள் திருச்சூர்ல இருந்து பேசறேன் சார், மஞ்சேரியில இருந்து பேசறேன் சார்னு சொல்வாங்க. அது ரொம்ப உற்சாகத்தைக் கொடுக்குது. ரொம்ப miracle-ஆன சில விஷயங்கள் எனக்கு எப்போதுமே literature வாழ்க்கையிலயும் personel வாழ்க்கையிலயும் நடக்கும். அந்த மாதிரி நாங்க எல்லாம் ஒரு 15 நண்பர்கள் திருச்சூர் போயிருந்தோம். அங்கே குருவாயூர் பக்கத்தில முண்டூர்-ங்கிற ஊர்ல திவாகரன் சேட்டன் என்பவர் வீட்டில் தங்கியிருந்தோம். அவர் ரொம்ப சுவாரசியமானவர். ஒரு யானையைத் தொடர்ச்சியா ஒரு வருடம் படம் பண்ணியிருக்கிறார். அந்த யானையோட பிரசவம், அது எங்கே போகுதுன்னு படம் பிடித்து green peace அவார்டெல்லாம் வாங்கியிருக்கிறார். அவங்க வீட்டில் காலையில் ஒருத்தர் என்னை எழுப்பி உங்களைப் பார்க்க 3 பேர் வந்திருக்காங்க-ன்னு சொன்னார். நான் அப்படியே அசந்துட்டேன்.

கேரளாவுல ஒரு குக்கிராமத்துல நாம படுத்திருக்கோம். நம்மளைப் பார்க்க யார் வந்திருக்காங்கன்னு எனக்கு ஆச்சரியம். மூணு பேர் உட்கார்ந்திருந்தாங்க. இவர் பேரு சூர்யா மாஸ்டர்னு ஒருத்தரைக் காட்டினார்கள். அவங்க மூணு பேருமே என்னோட வாசகர்கள். எனக்கு அந்த அதிசயத்தைத் தாங்கவே முடியலை. எங்கேயோ மொழி தெரியாத மாநிலத்துல ஏதோ ஒரு கிராமத்தில ஒரு மண் வீட்டில நாம படுத்துக்கிட்டுருக்கோம். இங்கே மூணு பேர் வந்து காலையில காப்பி கொடுத்துட்டு நம்மளோட பேச வருகிறார்களே- அப்படி ஒரு celebrate பண்ணுகிற இடமாத்தான் கேரளா இருக்கு.

ஆனா, மலையாளத்துல contemperoary writers-ஐ நான் தொடர்ச்சியா படிச்சுக்கிட்டுத்தான் வர்றேன். அசோகன் சருவில்,

சந்தோஷ் ஏச்சிக்கானம், கே. ஆர். மீரா அப்படி பல பேரோட எழுத்துகளைப் படிச்சுக்கிட்டு வருகிறேன். உண்மையிலேயே ஒரு powerful-ஆன வேறொரு ஏரியாவில் இருந்து எழுதறாங்க. அதே சமயத்துல ரொம்ப கரெக்ட்டா கம்பேர் பண்ணணும்னா அவங்களைத் தாண்டி தமிழ்ல எழுதற ரைட்டர்ஸ் இருக்காங்க. அதையெல்லாம் விட இவங்க இப்ப எழுதுற எல்லாத்தையும் தமிழ் ஆட்கள் 8, 9 வருஷங்களுக்கு முன்னாடியே கடந்து, இன்னும் வேற ஓர் இடத்துக்கு writing-ல் தமிழும் போயிட்டிருக்கு. இந்தப் போட்டி ரொம்ப ஆரோக்கியமான போட்டின்னுதான் எனக்குத் தோணுது. நீ பெரிய ஆளா? நான் பெரிய ஆளான்னுலாம் இல்லை, ரொம்ப பரிசோதனை முயற்சிகள், தமிழ்லயும் மிகக் காத்திரமான கதைகள்லாம் வந்து கொண்டிருக்கிறது. என்னன்னா, மலையாளத்தில இருந்து தமிழ்ல வருகிற அளவுக்கு, தமிழ்ல இருந்து மலையாளத்துக்குச் சுத்தமாப் போகலைன்னுதான் சொல்லணும்.

மலையாளிங்க எல்லாம் இன்னிக்கு சாரு நிவேதிதாதான் பெஸ்ட் ரைட்டர்னு நினைக்கிறாங்க. ஏன்னா அவர் 2, 3 தொடர்கள் எழுதியிருக்கார். சக்கரியா அவரோட 0-டிகிரிக்கு ஒரு முன்னுரை கொடுத்திருக்கார். இதையெல்லாம் வைத்து அவங்க சாருவைத் தவிர fiction எழுதுகிற ஆளே இல்லைன்னு நெனக்கிறாங்க. ஜெயமோகன் மாதிரியான பல ஆட்கள் புழுக்கம் தாங்காம அவங்களே பல நேரங்கள்ல மலையாளத்துல version எழுதிக் கொடுக்க வேண்டியிருக்கு. பாஷா போஷிணியில் வந்த நூறு சிம்மாசனங்கள் எல்லாம் மலையாளத்துல சரியாக translate பண்ணப்படவேயில்லை. அதனால நூறு சிம்மாசனங்களை ஜெயமோகனே மலையாளத்தில எழுதி அதைப் பத்திரிகைக்குக் கொடுக்க வேண்டியிருக்கிறது.

ஜெயமோகன், கோணங்கி, எஸ். ராமகிருஷ்ணன் இவங்களுக்கெல்லாம் மிகச்சிறந்த மலையாள மொழிபெயர்ப்பாளர்கள் தேவை. எந்த பாலிடிக்ஸும் இல்லாமல் ப்யூர்

லிட்டரேச்சர்ல, தமிழ் லிட்டரேச்சர். எப்படி இருக்குன்னு அவங்க தெரிஞ்சுக்கணும். ஒரே ஒரு விஷயத்தை quote பண்ணணும்னு நான் நெனக்கிறேன். ஜே. ஜே. சில குறிப்புகளிலில் அந்த பாலு வந்து ஜே. ஜே.-வைப் பார்க்கப் போவான். ஜே. ஜே. ஒரு எழுத்தாளர் மாநாட்டுல இருப்பார். அந்த மாநாட்டுல இருந்து அவர் வெளியே வரும்போது ரொம்ப இன்ஸ்பைர் ஆகி இவன் அவர் எதிரில் போய் நின்னு, நான் ஒரு தமிழ் ரைட்டர். சுந்தர ராமசாமிதான் அந்த ரைட்டர் அப்படின்னு சொல்லணும்னு விரும்புவான். ஒருவர் அறிமுகப்படுத்துவார். இவர் தமிழ்ல முக்கியமான ரைட்டர் அப்படின்னு சொல்லும்போது, ஜே. ஜே., அவன் தோளைத்தட்டி, ‘உங்க ஊர்ல அந்த அம்மா, தன் முடியை கொண்டை போட்டுக்கிச்சா’ன்னு கேட்பார். சிவகாமியின் சபதம். இவனுக்கு அழுகை அழுகையா வரும். சிவகாமியின் சபதம் மட்டுமல்ல எங்க லிட்டரேச்சர் ஜே. ஜே., எங்ககிட்டதான் புதுமைப்பித்தன் இருந்தான். எங்ககிட்டதான் மௌனி இருந்தான். எங்ககிட்டதான் கு.ப.ரா. இருந்தான். நாங்க ஏதோ ஒரு சிவகாமியின் சபதம் எழுதிட்டு ஒரு மூன்றாம் தர இலக்கியம் பண்ற ஆளுங்க கிடையாதுன்னு சொல்லணும்னு நெனைப்பான். அதுக்குள்ள ஜே.ஜே. ரொம்ப தூரம் போயிருப்பார். அந்த mood-தான் எனக்கு இப்ப இங்க இருக்கு.

இங்க வந்து ஜே. பி. சாணக்யா, எஸ். செந்தில்குமார்னு நெறைய பெயர்களை என்னால் அடுக்க முடியும். அப்படி புதிய எழுத்தாளர்கள் நிறைய பேர் விதவிதமான இடங்களிலிருந்து எழுத ஆரம்பிக்கிறாங்க. ஆனா துரதிருஷ்டவசமா மலையாளத்துக்கு இந்த எழுத்து எதுவுமே கடத்தப்படலை. இதைக் கொண்டுபோக வேண்டிய மொழிபெயர்ப்பாளர்கள் அங்க ரொம்பக் குறைவா இருக்காங்க. இது சரியா இருந்துச்சுன்னா, இந்தப் போட்டி இன்னும் ரொம்ப ஆரோக்கியமா வளரும்.

சிஹாபுதின்:

தமிழ் சினிமாவை எடுத்துக்கொண்டாலும், தமிழ் இலக்கியத்தை எடுத்துக்கொண்டாலும் இன்று பார்க்கும் தமிழ் சினிமாவை உருவாக்கியதில் பாரலல் சினிமாவுக்கு ஒரு இடமுண்டு. அதைப்போன்று இலக்கியத்திற்கு சிற்றிதழ்கள் சிறப்பான பங்களிப்பைத் தந்திருப்பதாக நான் புரிந்து கொள்கிறேன். அதைப்போன்றுதான் மலையாளத்திலும் நிகழ்ந்திருக்கிறது. இன்றைய மலையாள எழுத்தில் parallel magazines கொடுத்த ஒரு சக்தி அங்கே இருக்கிறது. இந்தச் சிறுபத்திரிகைளின் பங்களிப்பு இங்கே எப்படி இருந்திருக்கிறதென்று உங்கள் பார்வையைச் சொல்லுங்களேன்.

பவா:

ஜெயமோகன் ஆகட்டும், ராமகிருஷ்ணன் ஆகட்டும். நாங்க எல்லோருமே சிறு பத்திரிகைகளிலிருந்துதான் வந்தோம். நாங்க யாருமே ஆனந்தவிகடனிலிருந்தோ, இந்தியா டுடேவிடமிருந்தோ வரவில்லை. ஒரு கட்டத்தில் மிகுந்த சலிப்பேறிய வணிகப் பத்திரிகைகள் அதாவது மாஸ் மேகஸின்னு சொல்ற ஆனந்தவிகடன், குமுதம், குங்குமம் மாதிரியான பத்திரிகைகள் திரும்பத் திரும்ப இந்த ஐயர்களுடைய மொழியிலேயே பாலகுமாரன், சுஜாதா, சிவசங்கரி, இந்துமதின்னு போட்டு சாவடிச்சுக்கிட்டு இருந்த ஒரு பீரியட்ல, அவங்களுக்கு சிறு பத்திரிகை ஆட்களோட டோனும் எழுத்தும் தேவைப்பட்டுச்சு. அதுக்கெல்லாம் ஒரு பாலமா இருந்தது பொதுவான பார்வைல சுஜாதான்னு சொல்வாங்க. சுஜாதா, திடீரென்று கல்குதிரை பற்றி ஆனந்தவிகடன்ல எழுதுவார். உடனே கல்குதிரைன்னு ஒரு பத்திரிகை தமிழ்ல வருதான்னு தேட ஆரம்பிப்பாங்க. ஆனா அதை ரொம்ப சீரியஸா பண்ணியவர் சுந்தர ராமசாமிதான். ஏன்னா, சுஜாதா பல நேரங்கள்ல கேலியும் கிண்டலுமாகத்தான் சிறுபத்திரிகைகளை அணுகியிருக்காரு. ஆனா சுந்தர ராமசாமிதான் ரொம்ப சீரியஸா அதை அணுகியிருப்பார்.

இந்தியா டுடேவில் ஒரு தீபாவளி மலரில் சுந்தர ராமசாமியை இண்டர்வியூ செய்தாங்கண்ணா அவர் ரொம்ப பர்ப்பஸா தமிழ்ல வந்து கொண்டிருக்கிற பத்து முக்கியமான பத்திரிகைகளை அறிமுகப்படுத்துவார். முன்றில்னு ஒரு பத்திரிகை தமிழ்ல வருது, புதுயுகம் பிறக்கிறதுன்னு ஒரு பத்திரிகை வருதுன்னு அப்படியே சொல்லுவார். இப்போ ரொம்ப புதுசாப் படிச்சு இது போதலைன்னு நெனைக்கிற வாசகன் இருக்கான்ல, விகடன் குமுதத்தைத் தூக்கிப் போட்டுட்டுப் போற வாசகன் இருக்கான்ல அவன் எங்கிருந்து இந்தப் பத்திரிகை வருது? அதுக்கு யார் ஆசிரியர்னு தேடித்தேடிப் போவான்.

அப்படித்தான் பெர்ஸனலா கோணங்கியைத் தேடி நெறையப் பேர் போனாங்க. ஏன்னா அவனுக்கு எங்கேயும் கல்குதிரை கிடைக்காது. கோணங்கி அதை வீட்டிலேயே வச்சிருப்பாரு. இவன் அவரைத்தேடி, ‘நான் சங்கரன்கோவில்ல இருந்து வர்ரேண்ணா. ஒரு மாஸ் மேகஸின்ல உங்களைப் பத்திப் படிச்சேண்ணா. ஒரு பத்திரிகையைக் குடுங்கண்ணா’ன்னு கேட்பான். அவர், ‘இந்தாடா தம்பி’ அப்படின்னு கல்குதிரையைக் கொடுப்பார். அப்படி மறைச்சு வச்சுக்குற தன்மைலாம் இருந்தது. இது ஒரு சுவாரசியமான இடம். அப்படி சிறு பத்திரிகைகள்ல வந்த படைப்புகள் இருக்கு பாருங்க, அவையே இன்றைக்கு வரைக்கும் தமிழ்நாட்டோட வாழ்வியலை, வெளியை, சரியான வாழ்க்கையைச் சொன்ன விஷயமா பார்க்கறோம். வேற வழியில்லாம commercial magazines இவங்களைப் பயன்படுத்திக்கிறாங்க.

ஆனா எங்க எல்லோரோட மனமும் இன்னைக்கு, இவ்வளவு பெரிய பாப்புலர் ரைட்டர் ஆனபின்னும் கூட, ஜெயமோகனுக்கு ஒரு சிறுபத்திரிகைல எழுதும்போது கிடைக்கிற சந்தோஷம் இருக்குல்ல, அது ஒரு குமுதத்துலயோ, விகடன்லயோ எழுதும்போது கெடைக்கிறதில்லை. மலையாளத்தில தமிழ்ல வருகிற அளவுக்கு அதிகமா சிறு பத்திரிகைகள் வருவதாகத் தெரியவில்லை. பச்சைக்குதிரை மாதிரி ஒன்றிரண்டு வருவதாகத்தான் தெரிகிறது.

உங்களுடையது எல்லாமே மிடில் மேகஸின். எங்க ஊர்ல சுபமங்களா அப்படின்னு ஒரு பத்திரிகை வந்துச்சு. நீங்க நடத்துற சந்திரிகாவில இருந்து பாஷாபோஷிணி வரைக்கும் மிடில் மேகஸினாத்தான் நான் பார்க்கறேன். அதிலிருந்து வருகிற கதைகள் contemporary -யாக ரொம்ப முக்கியமாக இருக்கு. சில கதைகளை ஷைலஜா, ஜெயஸ்ரீ மொழிபெயர்த்து படிச்சிருக்கேன்.

ஆனா தமிழ்நாட்ல இருந்துதான் எனக்குத் தெரிஞ்சு இந்தியாவிலேயே சிறு பத்திரிகை இயக்கம் ரொம்பத் தீவிரமா இன்னைக்கும் இருக்கு. இன்றைக்கும் ஒரு பத்து பசங்க ஒரு ஊர்ல இருந்தாங்கன்னா, எதைப்பத்தியும் கவலைப்படாம, ரொம்ப காத்திரமான லிட்ரேச்சரை எடுத்து ஒரு 200 பிரதிகளை பிரிண்ட் செய்து ஒரு பையிலப் போட்டுக்கிட்டு, சார், இது நான் நடத்துற பத்திரிகைன்னு கொடுப்பது தமிழ்நாட்ல மட்டும்தான் இருக்குன்னு நெனைக்கிறேன். இது ரொம்ப ஆரோக்கியமான movement. அதை சென்ஸார் பண்ணுறதுக்கு ஒரு ஐயரும் மேலே உட்கார்ந்துக்கிட்டு இருக்க மாட்டாங்க. இந்த வரியை எடுத்துடுங்க, இது ஜாதியத்துக்கு எதிரா இருக்குது அப்படீன்னெல்லாம் சொல்றதில்லை. அவன் என்ன நெனச்சாலும் முழுக்க முழுக்க எழுதுற உரிமை இருக்கு. இதை தமிழ்ல சந்தோஷத்துக்குரிய ஒரு விஷயமா நான் பார்க்கறேன்.

ஷாஜி:

சுந்தர ராமசாமின்னு பலமுறை சொன்னாரில்லையா? 30 ஆண்டுகளுக்கு முன்னால ஆற்றூர் ரவிவர்மாவால் மொழிபெயர்க்கப்பட்ட சுந்தர ராமசாமியின் ஒரு புத்தகத்தைப் படித்தேன். அதைப்படித்து என்ன இது இப்படி இருக்குன்னு மிரண்டுதான் சீரியஸ் லிட்ரேச்சரை தமிழ்ல படிக்க ஆரம்பித்தேன். சுந்தர ராமசாமி வழியாகத்தான் அது நடந்தது. அவரோட ரெண்டு புத்தகங்களிலும் மலையாள தமிழ் inter culture சிறப்பாக இருக்கு. அதே

மாதிரி புளியமரத்தின் கதை மலையாளத்தில மொழிபெயர்க்கப்பட்டு வந்தபோது பெருமளவில் வாசிக்கப்பட்டது.

ஆற்றூர் ரவிவர்மா போல ஒரு முக்கியமான ரைட்டர், ஒரு கவிஞர் மொழிபெயர்த்ததால மாத்ருபூமியில அதுக்குப் பெரிய முக்கியத்துவம் கிடைத்தது. இன்னைக்கு அது மாதிரியான மொழிபெயர்ப்பாளர்கள் மலையாளத்துல இல்லை. இப்ப அந்த இடத்துலதான், ஷைலஜா, ஜெயஸ்ரீ போன்றவர்களின் மொழிபெயர்ப்புகள் எவ்வளவு முக்கியத்துவம் வாய்ந்தவை என்று பார்க்கணும். மலையாளத்துல இருந்து தமிழுக்கு வருவது போன்று, தமிழிலிருந்து மலையாளத்துக்குக் கொண்டு போவதற்கான பாலமா சரியான மொழிபெயர்ப்பாளர்கள் இல்லாதது ஒரு பெரிய பிரச்சினைதான். சாருவோட மொழிபெயர்ப்புகளைப் பற்றிச் சொல்லணும்னா, நானும் மிஷ்கினும் ஒரு மேடையிலேயே சாருவிடம் சொல்லியிருக்கிறோம். நீங்க இங்கே எழுதுவதில்லை அங்கே போவது. அவன் தமிழே தெரியாமல், பாஷா சகாயின்னு சொல்றாங்க இல்லையா? அதை வைத்து தமிழ் கத்துக்கிட்டவன்தான் அங்கே டிரான்ஸ்லேட் பண்றான். அப்படி ஒரு விஷயம் அங்கே இருக்கு.

அப்புறம் இந்த லிட்டில் மேகஸின், மிடில் மேகஸின் பற்றி சொன்னீங்க. நான் வந்து இங்கே உயிர்மை, காலச்சுவடு, தீராநதி போன்ற மிடில் மேகஸினுக்குக் கீழே இருக்கும் மேகஸின்லதான் எழுதியிருக்கேன். அதிலெல்லாம் ஒரு கட்டுரை வந்துச்சுன்னா, சார் அது புடிச்சிருக்குன்னு சொல்ல நிறைய பேர் இருப்பாங்க. ஆனந்த விகடன்ல நான் நிறைய கட்டுரைகள் எழுதியிருக்கேன். ஆனா, விகடன்ல உங்க கட்டுரை படிச்சுருக்கேன்னு இதுவரைக்கும் ஒருத்தர் கூட சொன்னதில்லை. ஆகவே, இது தமிழ்ல இருக்குற கலாச்சார விஷயம். ரொம்ப பாஸிட்டிவான விஷயம். உயிர்மைல ஒரு கட்டுரை வரும்போது காலச்சுவட்டில் ஒரு கட்டுரை வரும்போது, அந்தக்

கட்டுரைக்கு எதிராகவும் ஆதரவாகவும் நிறைய எதிர்வினைகள் உங்களுக்கு வந்துகொண்டே இருக்கும். ஆனா, விகடன்ல குறைந்தது பத்து கட்டுரைகள் எழுதியிருப்பேன். ஆனா ஒரு எதிர்வினையும் இருக்காது.

அதனால இப்ப நான் வணிகப் பத்திரிகைகளில் எழுதுவதில்லை. கேட்டாலும் எழுதுவதில்லை. எப்போதாவது எழுதினால் கூட இந்த மாதிரி மிடில் மேகஸின்ல வருவதைத்தான் விரும்பறேன். ஏன்னா, நூறு பேர் படிச்சாலும் அந்த நூறு பேர் நூறு பேர்தான். இப்ப சுமார் 16 லட்சம், 10 லட்சம் பிரதிகள்னு சொல்றதெல்லாம் சும்மா. இப்ப அந்த லட்சங்கள் எல்லாம் போயிடுச்சு. மலையாளத்துல 16 லட்சம் வித்த காலமெல்லாம் போயிடுச்சு. கலாகௌமுதி இப்ப 5000 பிரதிகள்தான் அடிக்கிறாங்க. வாசிப்புல பயங்கரமான வீழ்ச்சி வந்திருக்கு.

இப்ப மலையாளக் கலாச்சாரத்துல இருந்து வந்திட்டு ஒரு தமிழ் கலாச்சாரத்துக்குள்ளே நுழைந்து ஒரு தமிழனை கல்யாணம் பண்ணி, இந்த ரெண்டு கலாச்சாரத்திலேயும் நீங்க வாழும்போது இலக்கியம், வாழ்வியல் போன்ற விஷயங்களெல்லாம் மலையாள கலாச்சாரத்தை ஒப்புநோக்கும்போது ஒரு வேறுபாடு உண்டா? அதற்குள் ஒரு அகலம் உண்டா என்பதை நீங்க சொல்லுங்க ஷைலஜா.

ஷைலஜா:

நான் மலையாளக் கலாச்சாரத்துல இருந்து வந்தேன் என்று சொல்லமுடியாத அளவுக்கு முந்தைய தலைமுறையிலேயே தமிழ்நாட்டுக்கு வந்துவிட்டோம். நான் பிறந்ததே திருவண்ணாமலையில்தான். முழுக்க முழுக்க எங்க வீட்டில் அம்மாவும் பாட்டியும் பேசும் உடைந்த மலையாளம்தான் எனக்கு அடிப்படையாக, ஒரு வேரோட துளியா இருந்ததே தவிர வேற எதுவும் கிடையாது. நான் தமிழ்க் கலாச்சாரத்துலதான் பிறந்து வளர்ந்தேன். படிச்சதெல்லாம் தமிழில்தான். மூன்றாவது நான்காவது படிக்கும்போது

அம்மா அவங்க டேஸ்ட்டுக்குப் படிக்கிற சாண்டில்யன் கதைகள் போன்றவற்றைப் படித்துத்தான் நாங்கள் எங்கள் வாசிப்பைத் துவக்குகிறோம்.

அப்புறம் ஸ்கூல் ஃபைனலுக்குப் பிறகுதான் சீரியஸ் லிட்ரேச்சருக்குள்ள வருகிறோம். அப்படிப் போகும்போதுதான், சீரியஸ் லிட்டரேச்சருக்குள்ள போகும்போதுதான் பாத்துமாவின் ஆடெல்லாம் எங்ககூட ஓடி வருகிறது. அதோடதான் வளருகிறோம். ஆனா அதெல்லாம் மொழிபெயர்ப்பா உள்ளே வருகிறதே தவிர, அதாவது அது எங்களுக்குள்ள தமிழாக படிஞ்சிருச்சே தவிர, அங்கேயிருந்து அப்படின்றது இன்னைய வரைக்கும் ஒரு லாங்கிங்காகத்தான் இருக்கு. மலையாள இலக்கியம், அந்த ஊரு எல்லாமும் மிஸ் ஆனது. மலையாளம் எழுதப் படிக்கவே என்னோட முப்பதாவது வயதில்தான் நான் கத்துக்கிட்டேன். மலையாளம் எனக்கு எழுதத் தெரியாது. பேச மட்டும்தான் தெரியும். மலையாளப்பாட்டு கேட்க சந்தோஷமா இருக்கும். கேரளா போனால் மலையாளப்படங்கள் பார்க்க மகிழ்ச்சியா இருக்கும்.

பாலச்சந்திரன் சுள்ளிக்காடை திருவண்ணாமலைக்கு ஒரு இலக்கிய நிகழ்விற்கு அழைத்தபோது, வீட்டில் தங்கிய அந்த மூன்று நாட்களில் ஒரு கலைஞனோட மனோபாவத்தில் ஒரு நாள் காலையில், 'நான் இந்த புத்தகத்தை வாசித்துக் காட்டட்டுமா'-ன்னு 'சிதம்பர ஸ்மரண'-வை எடுத்துட்டு வர்றாரு. உட்கார்ந்து அதில இருக்கிற ரெண்டு பகுதியை வாசிச்சிக் காட்டுனாரு. அந்த வாசிப்பில் நாங்க அப்படியே கரைஞ்சு போறோம். அவரோட குரலும் அந்தப் பகுதியில இருக்கிற ஆத்மாவும் எங்களை அப்படியே கரைய வைக்குது. அவர், அப்படியே, 'என் பிரியப்பட்ட ஷைலுவுக்கு, பாலன்' அப்படின்னு எழுதி என்கிட்ட கொடுத்திட்டுப் போயிடறார். ஆனா அப்ப எனக்கு ஒரு வார்த்தைகூட படிக்கத் தெரியாது. என் பேரு கூட மலையாளத்துல எழுதத் தெரியாது.

அம்மா படிப்பாங்க. அம்மா அதைப் படிச்சுப் படிச்சு இன்ஸ்பைர் ஆகறாங்க. சில நேரம் அழுவுறாங்க, சில நேரம் மௌனமாகிடுறாங்க,

என்னோட முப்பதாவது வயசுல என் தாய்மொழியை, என் தாயிடமே கற்றுக்கொள்ள ஒரு தயக்கம் இருந்தது. அதனால நான் அப்படியே அந்தப் புத்தகத்தை கையிலேயே வைத்துப் பாத்துக்கிட்டிருக்கேன். அப்ப ஜெயஸ்ரீயோட பொண்ணு சுகானா கேரளாவுல படிச்சுக்கிட்டுருக்கா. அவ ஒன்றாம் வகுப்பு படிச்சுக்கிட்டுருந்தா. அந்த லீவுல திருவண்ணாமலைக்கு எங்க வீட்டுக்கு வருகிறாள். அவளுக்குச் சித்தியான என் தவிப்பு புரிகிறது. அவ, கொஞ்சம் கொஞ்சமா இந்தப் புத்தகத்தைப் படிக்கலாம் ஷைலம்மா-ன்னு சொல்லி என் கூடவே வாசிச்சு, அவதான் எனக்கு என் தாய்மொழியைச் சொல்லிக் கொடுத்தா. நான் என் தாய்மொழியை என் மகளிடமிருந்துதான் கற்றுக் கொண்டேன். அப்புறம் அவளும் நானும் சேர்ந்துதான் என்னோட ஒரு மொழிபெயர்ப்பு அப்படீங்கிற ஒரு விஷயத்தை ஆரம்பிக்கிறோம். ஒரு பகுதியை அவளும் நானும் சேர்ந்துதான் செய்தோம்.

இன்னைக்குமே அந்த மலையாள இலக்கியத்தின் மீதான பெரிய லாங்கிங் என்கிட்ட இருக்கு. ஒரு முறை சக்கரியா சார் வந்தபோது சொன்னார், 'நாம நினைக்கிறோம் மலையாள இலக்கியம் இன்னைக்குப் பெரிய அளவுல இருக்குன்னு. ஆனா அது அப்படி இல்லை. எல்லாம் 70, 80-களோட முடிஞ்சுடுச்சு. ஆனா நாம அந்தப்பெருமையை இன்னும் பேசிக்கிட்டு இருக்கோம். தமிழ் ரொம்ப பிரமாதமா வெளியே வர ஆரம்பிச்சுடுச்சு.

சக்கரியா சொன்னது மட்டுமில்லாம, 'தென்னிந்தியச் சிறுகதைகள்'-னு நான் ஒரு தொகுப்பு போட்டுருக்கேன். தமிழ், மலையாளம், தெலுங்கு, கன்னடத்துல 7 கதைகள் வீதம் கொண்ட தொகுப்பு. அதில் தெலுங்கும் கன்னடமும் பெரிய சவாலா இல்லை.

ஆனா, மலையாளமும் தமிழும் அவ்வளவு சவாலா இருந்துச்சு. ஏனென்றால் மலையாளக் கதைகளுக்குச் சமமாகவும், ஒருபடி மேலாகவும் தமிழ்க் கதைகள் நிற்பதால் 7 கதைகள் மட்டுமே தேர்வு செய்ய வேண்டியது பெரிய சவாலாக இருந்தது. தமிழில் தரமான சிறுகதைகள் ஏராளமாக இருக்கின்றன. ரொம்ப முக்கியமான படைப்புகள் தமிழில் வர ஆரம்பித்திருக்கின்றன.

இன்னைக்கு 50, 60-வயதுகளில் இருக்கிற கொஞ்சம் பேர், இன்னமும் மலையாள இலக்கியம் மட்டும்தான் சரியாக இருப்பதாகவும் அது மட்டும்தான் சரின்னும் பேசிக்கிட்டிருக்காங்க. குறிப்பிட்டுச் சொல்ல வேண்டிய ஒருவராக நாஞ்சில் நாடன் இருக்கிறார். அவர், நான் மொழிபெயர்த்த கெ. ஆர். மீராவின் ‘சூர்ப்பனகை’ தொகுப்பை எல்லா பெண் எழுத்தாளர்களிடமும் கொடுத்து, ‘இன்னும் 10 வருடங்களிலாவது நீங்க இந்த இடத்துக்கு வர முடியுமா’-ன்னு கேட்டேன் என்றார். ஐந்து முறை ஐந்தைந்து பிரதிகளாக வாங்கி நான் கொடுத்தேன் என்றார். ஆனா, தமிழ்ல சந்திரா, மனோஜ், ஜே. பி. சாணக்யா போன்ற ஆட்கள் ரொம்பப் பிரமாதமா எழுதிக்கொண்டிருக்கிறாங்க. அவங்களுக்கெல்லாம் ரொம்பப் பெரிய அளவில reach இருக்கு. மலையாளத்துல எப்படி நுட்பமான பகுதிகளை எடுத்துக்கிட்டிருக்காங்களோ அதைப்போல இங்கேயும் நுட்பமான பகுதிகளை எடுத்து எழுதிக்கிட்டிருக்காங்க.

ஷாஜி:

ஜெயஸ்ரீ - நீங்களும் நிறைய மொழிபெயர்த்திருக்கீங்க. நீங்களும் ஷைலஜா மாதிரி 30 வயசுலதான் மலையாளம் கத்துக்கிட்டீங்களா? உங்களோட மலையாள மொழிபெயர்ப்பு அனுபவங்கள், இந்த ரெண்டு இலக்கியத்துக்குமான ஒப்புமை வேறுபாடுகள் பற்றிச் சொல்லுங்களேன்.

ஜெயஸ்ரீ:

அம்மாவைப் பின்தொடர்ந்துதான் நானும் தமிழிலக்கியத்துக்குள்ள வர்றேன். ஆனா பத்தாம் வகுப்பு விடுமுறையிலேயே உறவினர்கள் கேரளாவிலிருந்து கொண்டுவரும் வார, மாத இதழ்களின் மூலமா மலையாளத்தைச் சரளமாகக் கத்துக்கிட்டேன். ஆனா, மொழிபெயர்க்கணும்ங்கிற எண்ணமெல்லாம் அப்ப வரலை. கல்லூரிக்குள் நுழைந்தபோது எங்களோட வாசிப்பு திசை மாறியது. மாற்றியவர் எங்கள் சீனியர் பவா. அவர்தான் அம்பை, பிரபஞ்சன் என எங்கள் வாசிப்பு வழியை மாற்றியவர். தமிழ் மீதான ஆர்வம் பட்டப்படிப்பில் தமிழைத் தேர்ந்தெடுக்க வைத்தது.

சங்க இலக்கியத்தை விடவும் நவீன இலக்கியத்தின் மீதுதான் விருப்பம் அதிகமானது. ஷைலஜா, முதன்முதலில் தொகுத்த 'பச்சை இருளனின் சகா பொந்தன் மாடன்' தொகுப்புக்காக முதன்முதலா நான் ஒரு கதையை மொழிபெயர்க்கிறேன். இலக்கியம் எனது மனதுக்கு உகந்ததாக இருந்தது. அதில் creative-ஆகப் பண்ண முடியலைன்னாலும் மொழிபெயர்க்கலாம்னு முடிவு செய்தேன். இந்த 12 வருஷத்தில creative-ஆகப் பண்ணவில்லையே என்கிற கவலை எனக்கு இல்லை. மொழிபெயர்ப்பில் மட்டும் கவனம் செலுத்தினால் போதுமென்றே தோன்றுகிறது. அந்தத் தொகுப்புக்காக சக்கரியாவின் 'இரண்டாம் குடியேற்றம்' (டாக்டரோடு சோதிக்காம் - சக்கரியா) என்கிற கதையை மொழி பெயர்த்தேன். அந்தக் கதையின் வடிவமும் சொல் நேர்த்தியும் மொழிபெயர்ப்பும் மிக அழகாக வந்திருப்பதாக எல்லோரும் சொல்ல, தொடர்ந்து மொழிபெயர்க்கத் துவங்கினேன். இன்றுவரை சக்கரியாவின் பெரும்பாலான படைப்புகளைத் தமிழுக்குக் கொண்டு வந்திருக்கிறேன்.

சிஹாபுதின்:

மொழிபெயர்ப்பில் நீங்கள் எதிர்கொள்ளும் சிக்கல்கள் என்னவென்று சொல்லுங்கள்..

ஜெயஸ்ரீ:

மலையாளத்திலிருந்து தமிழுக்குக் கொண்டுவருவது போலத் தமிழிலிருந்து மலையாளத்துக்குக் கொண்டு போகலாமே என்கிற முயற்சியில் பவாவின் 'ஓணான்கொடி சுற்றிய ராஜாம்பாள் நினைவுகள்' கதையை மொழிபெயர்க்க முனைந்தபோதுதான் எனக்கு மலையாள மொழித்திறன் குறைவாக இருப்பது புரிந்தது. மூல மொழியை விடவும் வருமொழி ஏராளமான திறனைக் கோருகிறது. எனவே, மலையாளத்திலிருந்து தமிழுக்கு மொழிபெயர்த்தால் போதுமென்று முடிவு பண்ணினேன். வோறொரு சிக்கல் நாம் மொழிபெயர்க்கத் தேர்ந்தெடுத்த புத்தகத்தின் வட்டார மொழி. திருச்சூர் மொழியைத் தமிழ்நாட்டின் எந்த வட்டார மொழியுடன் நான் பொருத்தமுடியும்? என்னால் நாகர்கோவில் மொழியில் எழுத முடியாது. திருநெல்வேலி மொழியில் எழுத முடியாது. நான் வாழும் வட ஆற்காடு மொழியைத்தான் என்னால் தேர்ந்தெடுக்க முடியும். இது ஒரு பெரிய சவால்தான்.

ஷாஜி:

ராஜகோபால், நீங்க ஜெயமோகன் படைப்புகளோட ரொம்ப தொடர்பில் இருக்கீங்க. ஜெயமோகன் இரு மொழிகளிலும் எழுதுபவர். முழுமையான அர்த்தத்தில் அப்படியும் சொல்ல முடியாது. ஏனென்றால் மலையாளத்தில அவர் ரொம்பவும் குறைவாகத்தான் எழுதுகிறார். மலையாளத்துல எழுத்துப்பிழைகளோடத்தான் அவர் எழுதுகிறார். ஆனா, அதைத்தாண்டி அவர் எழுதுகிற மலையாளத்தில் இருக்கக்கூடிய நாஞ்சில் நாட்டுத் தமிழோட வாசமும், அந்தப் பகுதி மலையாளமெல்லாம் கலந்து ஒரு தனிமொழியாக இருக்கும் ஜெயமோகனோட மலையாளம். அவரோட படைப்புகளுடன் நெருங்கிய தொடர்புள்ளவர் நீங்க. அது மட்டுமில்லாம நீங்களும் சிறுகதைகள் எழுதுகிறீர்கள். ஒரு விமர்சகராகவும் செயல்பட்டு வருகிறீர்கள். உங்க தாய்மொழி தெலுங்கு. நீங்க செயல்படும் மொழி

தமிழ். உங்களுடன் தொடர்புள்ள எழுத்தாளர் மலையாளப் பின்புலம் சார்ந்தவர். மொழி சார்ந்த இலக்கியத்துக்குள்ள வரும்போது நீங்க இதையெல்லாம் எப்படிப் பார்க்கிறீர்கள்? இது சிக்கலா அல்லது இயல்பான விஷயமா? எப்படிப் பார்க்கிறீர்கள்?

ராஜகோபால்:

நான் இதற்குப் பதில் சொல்வதற்கு முன்னால் என் பார்வைகளைப் பகிர்ந்து கொள்கிறேன். 400 ஆண்டுகளுக்கு முன்பு வரை ஒரே கலாசாரத்தைக் கொண்டிருந்த தமிழும், மலையாளமும் சகோதர மொழிகளாக மாறியது புவியியல், அரசியல் காரணங்களால். ஆனாலும் தமிழுக்கும், மலையாளத்துக்குமான ஒற்றுமைக் கூறுகள் கலாச்சாரரீதியில் இன்றும் தொடர்ந்து வருபவை. பழந்தமிழர் மரபின் அனைத்து சிறப்பு தினங்களும் கேரளத்தில்தான் இன்றும் கொண்டாடப்படுகின்றன. பழந்தமிழின் அற்புதமான வேர்சொற்கள் இன்றும் மலையாளத்தின் பயன்பாட்டு மொழியில் காணக்கிடைப்பது, சற்று மொழியைக் கவனிப்பவர்களுக்கு தெரியும். 400 ஆண்டுகளில் மலையாளம் என்கிற மொழி தனக்கென உருவாக்கிக் கொண்ட ஒரு பாரம்பரியமும், மொழியில் செய்யப்பட்ட சாதனைகளும் பாராட்டத்தக்கவை. அப்படி உருவாக்கிக்கொண்ட விரைவு இன்னும் வியப்பானது.

இந்தியாவின் நவீன இலக்கியம் சற்றேறக்குறைய சுதந்திரப் போராட்டக் காலத்திலிருந்து ஆரம்பமாவதாகச் சொல்லலாம். நவீன இலக்கியத்தின் அனைத்து கூறுகளையும் வெகு விரைவாக தம் மொழிக்குள் கொண்டுவந்த பெருமை வங்காளம், மலையாளம், தமிழ் ஆகிய மொழிகளுக்கு உண்டு. உலக இலக்கியத்தின் செவ்வியல் படைப்புகள் அனைத்துமே இந்த மூன்று மொழிகளில் மொழிபெயர்க்கப்பட்டு நமக்குக் கிடைத்தன. அதிலும் முன்னணியில் இருந்த மொழிகள் வங்கமும், மலையாளமும். நான் இங்கே இரு

மொழிகளிலும் உள்ள வாசிப்பின் வாசகர்களின் அடிப்படையிலேயே பேசுகிறேன்.

1960 களில் தொடங்கி 1990 களின் மத்தி வரையிலான 35 வருட காலம் தமிழில் மலையாள இலக்கியத்தின் பாதிப்பு மிக அதிகம். மலையாள இலக்கியத்தின் பிதாமகர்கள் என அறியப்படும் அனைவருமே தமிழில் கிடைத்தார்கள். தமிழ் இலக்கியத்தின் பிதாமகர்கள் வரிசையில் அவர்களுக்கும் முக்கிய இடம் இன்றளவும் கொடுக்கப்படுகிறது. இன்னும் சொல்வதென்றால், தமிழில் ஒருவர் இலக்கிய வாசகர் என்றால் அவருக்கு பஷீரும், எம்.டி. யும், பால்சக்கரியாவும், பி.கே.பாலகிருஷ்ணனும், தகழியும், கேசவதேவும், பாலசந்திரனும் தெரிந்திருக்கவேண்டியது கட்டாயம். அவர்களைப் படிக்காமல் தமிழில் ஒருவன் தன்னை தமிழ் இலக்கிய வாசகன் என்று சொல்லிக் கொள்ள வெட்கப்படுவான்.

ரஷ்ய இலக்கியங்கள் படிக்காத ஒருவனுக்குத் தமிழில் இலக்கிய வாசகன் எனும் பதத்தை உச்சரிக்கக் கூட அனுமதி இல்லை. இன்றளவும் தமிழில் மலையாளத்தின் சிறப்பான படைப்புகள் என்று கருதப்படும் பெரும்பான்மைப் படைப்புகள் தொடர்ந்து கிடைக்கின்றன. இன்று எழுதிக்கொண்டிருக்கும் கல்பற்றா, மனோஜ் குரூர், கெ.ஆர்.மீரா, சிஹாபுதின் வரையிலான படைப்பாளிகளின் எழுத்துகள் வரை தமிழ் இலக்கிய உலகம் தொடர்ந்து மலையாள இலக்கிய உலகைச் சுவிகரித்துக் கொண்டே இருக்கிறது.

அழுத்தமான இலக்கியப் படைப்புகள் மட்டுமல்லாது வணிக எழுத்து வகையைச் சேர்ந்த கோட்டயம் புஷ்பநாத்தும் கூடத் தொடர்ச்சியாகத் தமிழின் வணிக எழுத்து வாசகனுக்குக் கிடைக்கிறார். தமிழும், மலையாளமும் ஆகிய இரு மொழிகளிலும் தேர்ச்சி பெற்ற எழுத்தாளர்கள் ஆரம்பத்தில் துடிப்புடன் செயல்பட்டு மலையாள இலக்கியத்தின் முக்கியப் படைப்புகளைத் தமிழுக்குக்

கொணர்ந்திருக்கிறார்கள். தகழியைத் தமிழுக்குக் கொண்டுவந்த சுந்தர ராமசாமி தமிழின் முக்கியப் படைப்பாளி. அவரைத் தொடர்ந்து ஆ .மாதவன் என்று அந்த மரபு, மலையாளத்தின் இன்றைய இலக்கியப் போக்குகளைத் தமிழுக்கு அறியக் கொடுத்துக் கொண்டிருக்கும் ஜெயமோகன் வரை இன்றும் விடாமல் தொடர்கிறது. தேர்ந்த இலக்கிய வாசகர்களாக அறியப்பட்ட மூன்று தலைமுறையினர் மலையாளத்திலிருந்து தமிழுக்கு மொழிபெயர்க்கும் பணியினை இடைவிடாமல் செய்து வருகிறார்கள். நாகர்கோவிலின் எம்.எஸ்.(எம்.சுப்பிரமணியம்) தொடங்கி குளச்சல் மு.யூசுப் வழியாகக் கே.வி.ஷைலஜா வரையிலான தலைமுறைத் தொடர்ச்சி மலையாள தமிழ் மொழிபெயர்ப்புகளில் இடைவிடாமல் இயங்கி வருகிறார்கள். மலையாளத்தின் இலக்கியப் பிதாமகர்கள் தமிழ இலககியத்திலும் அதே மரியாதையுடனும், மதிப்புடனும் வைத்து வாசிக்கப்படுகிறார்கள்.

மலையாள இலக்கியம் என்பது எழுத்தச்சன் தொடங்கி நவீன மலையாளம் வரும்வரை பெருமளவு பக்தி இயக்கம் சார்ந்துதான் இருந்துள்ளது எனலாம். ஆனால் நவீன காலக்கட்டத்தை மலையாளம் சுவிகரித்துக் கொண்டு வளர்ந்த வேகத்தைப் பார்த்தால் வியப்பாக இருக்கிறது. தமிழைப் பொருத்தவரை மலையாளத்தின் தோற்றத்துக்கு முன்பே இலக்கணம் தொடங்கி பக்தி, காவியம் வரை நீண்ட பயணத்தைத் தமிழ் மேற்கொண்டுவிட்டது. ஆனால் நவீன இலக்கியக் காலகட்டம் என்று வரும்போது மலையாளத்தைத் தமிழ் துரத்திக் கொண்டுதான் செல்ல முடிந்தது. வாசிப்பின் முறைகள், வாசக விரிவு ஆகிய இடங்களில் மலையாளம் பாய்ச்சல்களை நிகழ்த்தியிருக்கிறது. 20 ஆண்டுகள் முன்பு வரை தமிழின் இலக்கிய வாசகர்களுக்கு மலையாள இலக்கியமே ஒப்பீட்டு அளவுகோல்.

மலையாளத்தில் இப்படிப் பாய்ச்சல் நிகழ அதன் அரசியல், சமூகக் காரணிகள் முக்கியப் பங்காற்றியிருப்பதாக நான் நினைக்கிறேன் .

மலையாள மொழி தனது நவீன காலகட்டத்தை அடைந்த அதே காலத்தில், கேரளத்தின் அரசியல், சமூகச் சூழலின் மாற்றங்களும் கணக்கில் எடுத்துக்கொள்ளப்படவேண்டும். கேரளத்தின் சமூக மாற்றத்திலும், அரசியலிலும் பெரும் மாற்றங்களைத் தோற்றுவித்த கம்யூனிச இயக்கங்கள் வாசிப்பினை தமது முக்கிய கருவிகளில் ஒன்றாகக் கொண்டிருந்தன. அதன் சித்தாந்தங்கள் மட்டுமல்லாமல் அதனை ஒட்டிச்செல்லும் அனைத்து இலக்கியப் படைப்புகளும் வாசிப்பிற்குப் பரிந்துரை செய்யப்பட்டன. பெருமளவு பேசப்பட்டன. ஆழமான முறைகளில் விவாதிக்கப்பட்டன. மலையாள நவீன இலக்கியம் இந்த மேடையைச் சிறப்பாகப் பயன்படுத்திக் கொண்டது. கேரளத்தின் சமூக, அரசியல் இயக்கங்களின் வளர்ச்சி என்பதும், மலையாள நவீன இலக்கியத்தின் வளர்ச்சி என்பதும் ஒன்றோடொன்று பிணைந்தவை. ஒன்றை மறுத்து மற்றொன்றை பேசிவிட இயலாத அளவு நவீன மலையாள இயக்கமும், கேரள அரசியல்-சமூக இயக்கங்களும் இரண்டறக் கலந்தவை. அந்த வாசிப்புப் பழக்கத்தில் வந்த மலையாளத் தலைமுறைதான் இன்றும் மலையாள இலக்கிய உலகின் வாசகத் தலைமுறையாகத் தொடர்கிறது.

மாறாகத் தமிழுக்கு இப்படியான அரசியல், சமூகக் காரணிகள் எவையும் மேடை அமைத்துக் கொடுத்ததில்லை. சமூக இயக்கமாக உருவாகி வந்த காங்கிரஸ் இயக்கம் கூட விடுதலைப் போராட்டக் காலத்தின் லட்சியவாதத்தைத் தமிழின் இலக்கியகர்த்தாக்களுக்குக் கொடுத்ததேயன்றி வாசிப்பின் பரவலுக்கு எதுவும் செய்ததில்லை. விடுதலை கிடைத்த கையோடு அதுவும் முடிந்தது. தமிழில் பெரும் செல்வாக்குடன் உருவாகி வந்த திராவிட இயக்கங்களும் பரப்பிலக்கியம் என்ற வகையில்தான் தமிழ் மொழியைக் கையில் எடுத்ததேயன்றி தமிழின் நவீன இலக்கியத்திற்கு எந்தப் பங்களிப்பையும் தரவில்லை. தமிழைப் பொருத்தவரை அதன் இலக்கியம் என்பது இலக்கியத்தாலேயே வளர்ந்த ஒன்று.

தமிழ் இலக்கியத்தின் ஆரம்பகர்த்தாக்கள் தமது பொருள், உழைப்பு, நேரம் எனத் தம்மிடமிருந்த அனைத்தையும் இலக்கியத்திற்காகவே அர்ப்பணித்து எந்தப் பலனும் எதிர்பாராமல் உரமாகிப் போனார்கள். அந்த மரபு இன்று வரை தொடர்கிறது. சி.சு. செல்லப்பாவும், க.நா.சுப்ரமணியனும் தொடக்கி வளர்த்த தனிநபர் இலக்கிய இயக்கங்களே தமிழில் நவீன இலக்கிய வாசகனின் வாசல். சிறுபத்திரிகை மரபு வழியாக இதைத் தொடங்கிய முன்னோடி இலக்கியகர்த்தாக்களின் மரபு இன்றும் தமிழில் வெளிவரும் 15 சிறுபத்திரிகைகள் மூலம் தொடர்கிறது. இந்தப் பிடிவாதமான இலக்கிய வெறிதான் இன்று தமிழின் முக்கிய எழுத்தாளர்களாக அறியப்படும் ஜெயமோகன், எஸ்.ராமகிருஷ்ணன் போன்ற ஆளுமைகளை உருவாக்கி எடுத்தது. தமிழின் நவீன இலக்கிய வாசகப் பரப்பு அளவில் குறைந்ததென்றாலும் ஆழமும், வீச்சும் நிரம்பப் பெற்றது.

1990 கள் வரையிலும் கூட மலையாள இலக்கிய உலகத்தின் பாய்ச்சல் தமிழுக்கு ஏக்கமாகத்தான் இருந்தது. ஆனால், 90களின் மத்தியில் இருந்து தமிழ் இலக்கியத்தின் போக்கு துரிதமாகத் தொடங்கியது. இன்டர்நெட்டின் வளர்ச்சி தமிழ் இலக்கியத்தின் புதிய பரிணாமமாக மாற ஆரம்பித்தது. தொழில்நுட்பத்தின் வளர்ச்சியை மிகத் துரிதமாகப் பயன்படுத்திக் கொண்டது தமிழ். இதற்கு முக்கியக் காரணமாக இருந்தது தமிழ் மொழி பேசும் மக்கள் பெருவாரியாக உலகின் பல பாகங்களுக்கும் செல்ல ஆரம்பித்ததுதான். தகவல் தொழில் நுட்பமும், ஸாப்ட்வேர் நிறுவனங்களின் வளர்ச்சியும் மட்டும் இதற்குக் காரணம் அல்ல. அதற்கும் முன்பே தலைமுறைகளாக உலகெங்கும் விரிந்திருந்த தமிழ் பேசும் மக்களின் கூட்டமும்தான். இதனுடன் இலங்கையிலிருந்து அயல்நாடுகளுக்குச் சென்று தங்களது வருவாயை ஸ்திரப்படுத்தி மேலெழுந்து வந்த இலங்கைத் தமிழர்களும் ஒரு காரணம். அதே வேளையில் தமிழில் சிறு பத்திரிகைகள் வாயிலாகப் பெருமளவு வாசகர்களை அடைந்த ஜெயமோகன், எஸ்.ராமகிருஷ்ணன் ஆகியோர் 2000 களின் தொடக்கத்தில்

இணையத்திற்கு வந்தனர். இன்று தமிழில் செயலுடன் இருக்கும் அனைத்துப் படைப்பாளிகளுக்கும் இணையத்தளம் உண்டு. அவற்றுக்குக் கணிசமான வாசகர்களும் உண்டு. இந்த வாசகர்கள் உலக அளவில் இருப்பவர்கள்.

இன்று தமிழின் மிக முக்கியப் படைப்பாளியாக இருக்கும் ஜெயமோகனுக்கு வியாசனின் பாரதத்தைத் தமிழில் மறு ஆக்கமாக உருவாக்கும் படைப்பூக்கம் இந்தத் தளத்திலிருந்துதான் கிடைக்கிறது. 10 வருடங்களுக்கும் மேலாக தினமும் நீடிக்கப் போகும் இத்தகைய முயற்சி எதுவும் அச்சு வடிவில் இன்று சாத்தியமே இல்லை. இணையம் தரும் அனைத்துச் சாத்தியக்கூறுகளையும் இன்றைய தமிழிலக்கியம் எடுத்துக் கொள்கிறது. இதன் வெகு முக்கிய பலன் இன்று தமிழ் இலக்கிய உலகத்திற்குக் கிடைத்திருக்கும் புதிய வாசகர்களின் பரப்பு. 30 வயதிற்கு உட்பட்ட பெரும் இளைஞர் கூட்டம் உலகளாவிய அளவில் தமிழ் இலக்கியத்திற்கு இன்று கிடைத்திருக்கிறது.

நவீனத் தமிழிலக்கிய உலகிற்கு இன்றிருப்பதைப் போன்ற இளைய வாசகர் கூட்டம் இதற்கு முன்பு இருந்ததில்லை. தமிழ் இலக்கியத்தின் முந்தைய தலைமுறை, மூன்றாம் தலைமுறையைச் சேர்ந்த படைப்பாளிகள் கூட இன்று இந்த வாசகர்களால் ஒளியுடன் எழுந்து வருகிறார்கள். ஒப்புநோக்க, மலையாள இலக்கிய உலகம் இன்னும் அச்சுப் பதிப்புகளை விட்டு வெளியே வரவில்லையோ எனும் சந்தேகம் பலமாக எழுகிறது. சொல்லப்போனால் தமிழர் அளவுக்கே அல்லது தமிழரை விட அதிக நாடுகளில் பரந்திருப்பவர்கள் மலையாளிகளே. தகவல் தொழில் நுட்பத்தின் வளர்ச்சியைச் சாத்தியமாக்கிக் கொண்டதில் மலையாளிகளுக்கும் பங்குண்டு.

ஆனால், மலையாள இலக்கிய உலகத்தின் புதிய தலைமுறையினரைச் சந்திப்பதில், புதிய தொழில்நுட்பமான இணையத்தைப் பயன்படுத்திக் கொள்வதில் மலையாள இலக்கிய

உலகம் சற்று பின்தங்கி இருக்கிறதோ என்ற எண்ணம் எழுவதைத் தவிர்க்க இயலவில்லை. இணையத்தின் வழியே வாசிப்பினைத் தொடங்கும் ஒரு தமிழனுக்கு இருக்கும் இலக்கிய வாசிப்பின் சாத்தியங்கள், மலையாள இலக்கியங்களை இணையத்தில் தேடும் ஒரு மலையாளிக்குக் குறைவே.

இன்னும் அடுத்த கட்டம் நோக்கி நிற்கும் தமிழும், மலையாளமும் இனி தொழில்நுட்பத்தால் ஒரே எழுத்துருவைச் சந்திக்கப்போகும் நாள் வெகு தொலைவில் இல்லை. அன்று தமிழிலக்கியம், மலையாள இலக்கியம் என்ற பிரிவிற்குப் பொருளேதும் இருக்கப் போவதில்லை. அதுவரை காத்திருப்பதை விட நாம் இப்போதே சொல்லிக் கொள்வோம் - நாமெல்லாம் இலக்கிய வாசகர்கள், இலக்கியம் தமிழில் ஆனாலும், மலையாளத்தில் ஆனாலும்.

ஒரு மொழி, இலக்கியம் என்பது ஏதாவது வேறொரு சமூக form வழியாகத்தான் தன்னை develop செய்து கொண்டு வந்திருக்கிறது. அதன் மேலே ஏறி வந்திருக்கிறது. அல்லது அதைப்பிடித்துக்கொண்டு வளரும் ஒரு கொடி மாதிரிதான் இலக்கியம் எப்பவும் இருந்திருக்கிறது. அப்போது மலையாளத்தில் ஒரு பெரிய சமூக இயக்கம், அதற்குப் பின்னால் இருந்திருக்கக்கூடிய அரசியல் இயக்கம் வழியாகத்தான் இலக்கியம் கேரளாவில் மேலேறி வருகிறது. மலையாள இலக்கியம் இன்றைக்கு இவ்வளவு விரிவாக reach ஆகியிருக்கிறதென்றால் அதற்குக் காரணம் இதுதான். ஆனா தமிழ் இலக்கியத்தில் பார்த்தீர்களேயானால், அது எப்போதும் ஒரு சமூக இயக்கம் வழியாகவோ, அரசியல் இயக்கம் வழியாகவோ வளரவில்லை. இலக்கிய இயக்கம்தான் தமிழிலக்கியத்தை சிறுபத்திரிகை வழியாக வளர்த்தது.

ஷாஜி:

நான் இந்தக் கருத்தோடு மாறுபடுகிறேன். கம்யூனிசம் சார்ந்த ஒரு கலை, இலக்கியம், இசை, நாடகம் என்பது கேரளாவில் வலிமையாக

இருந்திருக்கிறது. நாடகம் என்ற கலை மக்களுக்குப் போய்ச் சேருவதே நாடகம் வழியாகத்தான். அப்படியென்றால் ராஜகோபால் வைத்த வாதத்தின் ஒரு பகுதி சரிதான். ஆனால், அரசியல் சாராத எழுத்தாளர்கள் எல்லா காலத்திலேயும் இருந்திருக்கிறார்கள். பாபுராஜ் என்ற ஓர் இசையமைப்பாளர் தனது 18 வயதில் இடதுசாரி இயக்கங்களுடன் தொடர்பில் இருந்தார். அப்புறம் மேலே வரவர வெளியேறி விட்டார். அவர் ஒரு காலத்தில் கம்யூனிஸ்ட்டாக இருந்ததால் கம்யூனிஸ்ட் இசையமைப்பாளர் என்ற பேச்சு வந்திருக்கிறதே தவிர ஒட்டுமொத்தமாகவே முழுக்க முழுக்க சமூக இயக்கம் வழியாகவோ, அரசியல் இயக்கம் வழியாகவோ வந்திருக்கிறது என்பது சரியல்ல.

ராஜகோபால்:

கேரளாவில் இலக்கிய இயக்கத்திற்கான ஓர் அடிப்படை, அரசியல் இயக்கம். இப்போது, அரசியலில் ஆர்வமிருப்பவர்கள் அவர்களை அறியாமலேயே நேராக இலக்கியத்திற்குள் அறிமுகமாகிக் கொள்வார்கள். அவர்களுக்கான இலக்கியப் பயிற்சி என்பது அந்த இயக்கம் வழியாக வந்திருக்கும். தமிழ்நாட்டில் அப்படி ஒரு சமூக இயக்கமோ, அரசியல் இயக்கமோ இலக்கியத்தை அறிமுகப்படுத்தி வளர்க்கவில்லை என்றுதான் நான் கூறுகிறேன். கேரளாவில் அது அறிமுகமாவதற்கான வாய்ப்புகள் மிகவும் அதிகம்.

பவா:

இப்படிச் சொல்லலாமா? தமிழ்நாட்டிலேயும் திராவிட இயக்கம் இலக்கியத்தை முன்வைத்தது. ஆனால் அது சீரிய இலக்கியம் அல்ல. ஏனென்றால் அண்ணாவோ, மு. கருணாநிதியோ அதைத்தானே செய்தார்கள். திராவிட இயக்கங்கள் பற்றிய விமர்சனமாகவும் இதைக் கொள்ளலாம். அது இலக்கியமாகப் பரிணமிக்கவேயில்லை.

இலக்கியம் என்பது புதுமைப்பித்தன் போன்ற தனி சானல் வழியாகவே போயிட்டிருந்தது.

சிஹாபுதின்:

இந்த இடத்தில் சுப்பிரமணிய பாரதியின் கவிதைகளை எப்படிப் பார்க்கிறீர்கள்?

பவா:

பாரதியின் கவிதைகள்தான் எங்கள் அனைவரின், நவீன தமிழிலக்கியத்தின் அடிப்படை. பாரதியை உள்வாங்காமல் ஒரு நவீன தமிழ் எழுத்தாளர், கவிஞர் இருக்கவே முடியாது. ஏனென்றால், இப்போது ஆர்.எஸ்.எஸ்-ம், பி.ஜே.பி.-ம் பாரதி, தங்களைச் சார்ந்த கவிஞர் என்றுகூடக் கூறலாம். ஆனால் அது வேறு. நவீனமாக தமிழ் இலக்கியத்தில் எழுத வந்திருக்கிற கவிஞர்களுக்கு இன்றைக்கும் பாரதியின் கவிதைகள்தான் அடிப்படை. அதன்பின்னர்தான் ந. பிச்சமூர்த்தி, பசுவய்யா என்று பயணிக்க முடியும். பாரதியின் தோளில் நின்றுகொண்டுதான் நாங்கள் எங்கள் படைப்புகளைப் பற்றிப் பேச முடியும். பாரதிதான் மொழியின் தளைகளை அறுத்தெறிந்தவர்.

சிஹாபுதின்:

மதம் சார்ந்த செயல்பாடுகளின் மீது கேள்வி எழுப்புவதற்கான ஒரு தீவிரமான தளத்தை இங்கே பார்க்க முடியுமா?

ஷாஜி:

இதை ஒரு விசித்திரமான விஷயமாகத்தான் நான் தமிழ்நாட்டில் பார்க்கிறேன். பகுத்தறிவு என்று சொல்லக்கூடிய athecism, rationalism என்பதற்கெல்லாம் மிகவும் ஆழமான வேர்கள் இங்கே இருக்கின்றன. அதே நேரத்தில் அதைவிடவும் ஆயிரம் மடங்கு பக்தி இயக்கத்தின் வேரும் இருக்கிறது. இவை இரண்டும் இணையாகவே இங்கே

இருக்கின்றன. ஆனால் எப்பொழுதும் நீங்கள் பார்த்தீர்களேயானால் பெரும்பான்மையானோர் பக்தி சார்ந்த விஷயங்களுடன்தான் இருக்கின்றனர். மிகவும் தீவிரமான ஒரு வித்தியாசம் இரண்டிற்குமிடையில் எப்போதும் இருந்துகொண்டேதான் இருக்கிறது. இப்போது நாத்திக இயக்கத்தால் பெரிய சமூக மாற்றங்கள் வருவதற்கான வாய்ப்புகள் தமிழ் கலாச்சாரத்தில் இருக்கிறது.

RSS, BJP, VHP போன்ற அமைப்புகளின் தாக்கம் தமிழ்நாட்டில் கேரளாவை விடவும் குறைவா?

ராஜகோபால்:

கேரளாவில் அன்றைக்குச் சமூக, அரசியல் இயக்கங்களில் இருந்தவர்கள் அனைவருமே தீவிரமான வாசகர்கள். இப்போதும் மலையாளத்தில் உள்ள முக்கியமான எழுத்தாளர்களின் பட்டியலில் இ.எம்.எஸ்-ஐ உட்படுத்தாமலிருக்க முடியாது?

ஷாஜி:

அவர் ஒரு நல்ல எழுத்தாளரெல்லாம் இல்லையென்றே நான் கூறுவேன்.

ராஜகோபால்:

மலையாள இலக்கியத்தில் தவிர்க்க முடியாத எழுத்தாளர்களின் பட்டியலில் அவரை நீங்கள் உட்படுத்துவீர்கள் இல்லையா? ஷாஜியின் வேறொரு பட்டியலிலும் அவர் இடம் பெறுவார்.

ஷாஜி:

உண்மையிலேயே அழகியலற்ற எழுத்துதான் அவருடையது.

சிஹாபுதின்:

அவர் எழுதிய காலத்தை வைத்துத்தான் அதை அளக்க முடியும்.

ஷாஜி:

மிஷ்கின், நீங்க உலக இலக்கியங்களை மிகவும் வாசிக்கிறீர்கள். ஒட்டு மொத்தமாகவே இந்திய இலக்கியம் ஒப்பீட்டளவில் தாழ்வான இலக்கியம் எனும் கருத்து கொண்டவர் நீங்கள் என்பது உங்களுடைய நெருங்கிய நண்பன் என்கிற முறையில் நான் அறிவேன். நாம் தமிழ் இலக்கியத்தைப் பற்றியும் மலையாள இலக்கியத்தைப் பற்றியும் இப்போது பேசி வருகிறோம். நீங்கள் தமிழ் இலக்கியத்தைக் குறைவாகவே வாசித்திருக்கிறீர்கள் என்பதையும் நான் அறிவேன். என்றாலும், உலக இலக்கியங்களுடன் தமிழ் இலக்கியத்தை ஒப்பு நோக்கும்போது உங்கள் பார்வை என்ன?

மிஷ்கின்:

நான் லேண்ட் மார்க் புத்தக நிலையத்தில் வேலை பார்த்தபோது ஒரு பெண்ணைச் சந்தித்தேன். அவருக்குச் சுமார் 60 வயதிருக்கும். மருத்துவர். Psychologist. அவர் புத்தகத்தைத் தேடிக்கொண்டிருக்கும்போது நான் அவருக்குச் சில புத்தகங்களைத் தேர்ந்தெடுத்துக் கொடுத்துக் கொண்டிருந்தேன். அப்போது நானும் மிக அதிகமாக வாசித்துக்கொண்டிருந்தேன். அவர் ஈழ இலக்கியங்கள் குறித்துக் கேட்டார். அவரைப் பார்த்தாலே அவர் வடநாட்டிலிருந்து வந்தவராகத் தெரிந்தது. அப்போது, அவரிடம் நான் கேட்டேன், 'உங்களைப் பார்த்தால் வட நாட்டவர் போலத் தெரிகிறது. நீங்கள் ஏன் ஈழ இலக்கியம் பற்றிக் கேட்கிறீர்கள்?' என்றேன். அதற்கு அவர், உலகத்தில் இரண்டே இரண்டு இலக்கியங்கள்தான் உயர்தரத்தில் இருக்கின்றன. ஆஷ்விச் இலக்கியம் (Auschwitz Literature), ஈழ இலக்கியம். இங்கேதான் sufferings அதிகம். ஒரு நல்ல இலக்கியமென்றால் அது sufferings-ல இருந்துதான் வரும்' என்றார்.

நான் தமிழ் இலக்கியமும் இந்திய இலக்கியமும் குறைவாகத்தான் வாசித்திருக்கிறேன். இந்திய இலக்கியத்தில் sufferings மிகவும்

குறைவாகவே இருப்பதாக நினைக்கிறேன். ஒரு தலித் இலக்கியம் அல்லது அடக்குமுறைகளிலிருந்து பிறக்கும் இலக்கியம் சிறந்த இலக்கியமாக இருக்கும். உலக இலக்கியங்களை நான் வாசித்தபோது Auschwitz Literature-ல் கவிதைகளை நான் மூன்று வருடங்களாகப் படித்துக் கொண்டிருக்கிறேன். ஒரு இலக்கியம் ஒரு மனிதனின் பேரன்பைத்தான் முழுக்க முழுக்க பிரதிநிதித்துவப்படுத்துகிறது. இந்தப் பேரன்பு உலக இலக்கியங்களில் அதிகமாகவும் இந்திய இலக்கியங்களில் குறைவாகவும் இருப்பதாக எனக்குத் தோன்றுகிறது. கே. சச்சிதானந்தன், கமலாதாஸ் போன்ற இந்தியக் கவிஞர்களின் கவிதைகளை வாசிக்கும்போது, அவர்கள் பார்வையில் ஒவ்வொரு கவிஞரும் ஒவ்வொரு விஷயத்தைப் பிரதிநிதித்துவப்படுத்துகிறார்கள். ஆனால் கிட்டத்தட்ட 96% உலகக் கவிதைகளில் எல்லாம் சக மனிதனைப் பற்றிய கருணை, compassion-தான் வருகிறது. கிட்டத்தட்ட வெளிநாட்டுக் கவிஞர்கள் எல்லாம் எனக்குப் புத்தராகத்தான் தெரிகிறார்கள். இது இங்கே மிகவும் குறைவாக இருப்பதாக எனக்குத் தோன்றுகிறது. அதற்காக நான் ஆயிரம் கவிஞர்களைப் படிக்க வேண்டியதில்லை. ஒரு 10, 15 தமிழ்க் கவிஞர்களைப் படிக்கும்போது அந்த இடம் இங்கே மிகவும் குறைவாக இருப்பதாகத் தோன்றுகிறது. இது என் தனிப்பட்ட பார்வை. இதை ஒரு விமர்சனமாக நான் இங்கே வைக்கவில்லை. ஒரு வேளை நான் அதிகமாகத் தமிழ், இந்திய இலக்கியங்களைப் படிக்காத ஊனத்திலிருந்து கூட எனக்கு இந்தப் பார்வை வந்திருக்கலாம். இதை நான் தொன்றுதொட்டுப் பார்க்கிறேன்.

ஒரு சினிமாவை எடுத்துக்கொண்டால் கூட அமெரிக்க, ஐரோப்பிய சினிமாவால் கவரப்பட்டுத்தான் நாம் சினிமா எடுக்கிறோம். சினிமா என்ற வார்த்தையே கினிமா எனும் லத்தீன் வார்த்தையிலிருந்துதான் வந்தது. சினிமாவில் நாம் எதையும் கண்டுபிடிக்கவேயில்லை. டங்கனைப் பார்த்துத்தான் நாம் சினிமா எடுக்கக் கற்றுக்கொண்டோம். இப்படியிருக்கும்போது, மலையாளத்தில் கூட ஜே. சி. டேனியலைப்

பற்றி ஒரு படம் பார்க்கிறோம். அங்கேயிருந்துதான் சினிமா துவங்குகிறது. அப்படியிருக்கும்போது நாம் சினிமாவை வெளியிலிருந்துதான் கற்றுக்கொள்கிறோம்.

சினிமாவை நான் 100% இலக்கியமாகத்தான் பார்க்கிறேன். இலக்கியவாதிகள் அடிப்படையாக சினிமாவை ஒரு தாழ்ந்த கலையாகத்தான் பார்க்கிறார்கள். ஆனால், நான் அப்படிப் பார்க்கவில்லை. ஏழெட்டு கலைகளின் சங்கமமாகத்தான் சினிமாவை நான் பார்க்கிறேன். சினிமா தீவிரமான இலக்கியத்தை நோக்கித்தான் நகர்ந்து கொண்டிருக்கிறது. ஒரு பெர்க்மான் படமோ, ஒரு ப்ரசான் படமோ, ஒரு குரசோவா படமோ எல்லாம் அன்னா கரீனினா போலவோ, ஒரு காஃப்கா படைப்பிற்கு நிகராகவோதான் இருக்கிறது. சில சமயம் அதைவிடவும் ஒரு படி மேலானதாக இருக்கிறது. ஒரு ரஸ்கோல் நிக்காவைப் படித்தபின்னர்தான் பிரசாவின் பிக்பாக்கெட்டைப் பார்த்தேன். அதில் கதாநாயகனை நான் ரஸ்கோல் நிக்காவ்வாகத்தான் பார்த்தேன். என் இலக்கியம் அங்கே இருந்தது. சினிமாவை இந்திய மனிதர்கள் கையாளும்போது அங்கே இருக்கும் நிறைய compassions- இந்திய சினிமாவில் இல்லை.

இலக்கியம் ஒரு மனிதனை என்ன செய்கிறதென்று பார்த்தால் இலக்கியம் சகமனிதனை நேசிக்க வைக்கிறது. இது ஒரு அல்டிமேட்டான விஷயம். சக மனித வேதனை, சுக துக்கம் தெரிவதற்கு இலக்கியம் ஒரு பூதக்கண்ணாடியாக என் கையில் இருக்கிறது. இதைத்தான் நான் இலக்கியமாகப் பார்க்கிறேன். இலக்கியத்தை எதற்குப் படிக்கவேண்டுமென்றால் என் குடும்பம் மட்டுமே எனக்குத் தெரியக்கூடாது. எனக்குத் தெரியாத ஒரு பக்கத்து நாடு, தேசத்தில் இருக்கும் எவனோ ஒருவனின் சுகம், வேதனையை எனக்குப் புரிய வைக்கும்போது, அதைப் புரிய வைக்கிற பார்வையை இலக்கியம்தான் எனக்குக் கொடுக்கிறது.

So, compassion is the basic foundation of any literature or anything good reflection can bring out. என்னுடைய தாய் எனக்குக் கருணையைப் பற்றிச் சொல்லித் தரவில்லை. நான் உஷாராக, பத்திரமாக இருக்கவேண்டுமென்றுதான் சொல்லிக் கொடுத்தார். ஆனால் டால்ஸ்டாயும் தஸ்தயேவ்ஸ்கியும் காஃப்காவும் ப்ரசானும் குரசோவாவும்தான் சக மனிதனின் வலியை நீ பார். உனக்கு வலிக்கும் என்றார்கள். உன் வலியை விட அவன் வலி பெரிதென்றார்கள். இதை நான் உலக இலக்கியங்களில்தான் பார்த்திருக்கிறேன். இது தவறாகக்கூட இருக்கலாம். இது விமர்சிக்கப்படலாம். இது என்னோடக கருத்து.

பவா:

இந்த இடத்தில் நான் ஒரு விஷயம் சொல்கிறேன். அது இந்த உரையாடலுக்கு உபயோகமாக இருக்கும். இப்போது எங்களுக்குள்ளே ரொம்ப நாளாக ஒரு பனிப்போர் மாதிரி நடந்து கொண்டே இருக்கிறது. மிஷ்கின் தொடர்ந்து ஒரு ஃபிக்ஷனோ நான் ஃபிக்ஷனோ கவிதையோ படித்தவுடன் என்னைக் கூப்பிட்டுப் பேசுவார். அவர் ஒவ்வொரு முறையும் அப்படிப் பேசும்போது நான் தமிழ் இலக்கியத்தில் அதற்கு நிகரான அல்லது அதற்கும் மேலான நிலையிலிருக்கும் ஒரு ஃபிக்ஷனையோ நான் ஃபிக்ஷனையோ கவிதையையோ அவருக்குச் சொல்லியிருக்கிறேன்.

மிஷ்கின் எப்படித் தமிழிலக்கியத்தை அதிகம் படித்தவரில்லையோ அதேபோல நான் உலக இலக்கியங்களை நேரிடையாகவோ ஆங்கிலத்திலோ படித்ததில்லை. தமிழில் வந்த மொழிபெயர்ப்புகளைத்தான் படித்திருக்கிறேன். ஆனால் அவர் சொன்ன அவர் மொழிபெயர்த்த கவிதை அல்லது ஃபிக்ஷனுக்கு நிகராகத் தமிழில் ஏராளமான படைப்புகள் இருக்கின்றன. தி. ஜானகிராமனின் கதைகளை எந்த மொழிச் சிறுகதைகளுடனும்

ஒப்பிட்டுப் பார்க்கலாம். ஒரு பத்துக் கதைகளை என்னால் சொல்லமுடியும். நான் ஒரு வாரத்திற்கு முன்னால் மிஷ்கினிடம் பேசும்போது ஒரு தமிழ்க் கவிதையைச் சொன்னேன். மிஷ்கின் அவ்வளவு சீக்கிரம் எதையும் ஏற்றுக்கொள்ளமாட்டார். ஆனால் இந்தக் கவிதை பிரமாதம் என்றார். அதற்கு நிகரான விஷயங்கள் தமிழில் தொடர்ந்து வந்துகொண்டே இருக்கிறது. அதற்கு முக்கியமான காரணம், contemporary ஆக அவர்களுக்குக் கிடைக்கும் வாசிப்புதான்.

ஒரு காலத்தில் நா. தர்மராஜன் போன்ற ஆட்களால் மொழிபெயர்க்கப்பட்டு NCBH போன்ற நிறுவனங்கள் வெளியிட்டால்தான் ருஷ்ய இலக்கியங்கள் நமக்குக் கிடைக்கும். இன்றைக்கு கிண்டிலில் எல்லாமே கிடைக்கிறது. அந்த வாசிப்பு, தமிழ்ப் படைப்பாளிகளை நாமும் உலகத்தரத்தில் எழுதினால்தான் நிலைபெற முடியும் என எண்ண வைக்கிறது. அப்படி எழுதவும் செய்கிறார்கள். அதை இங்கே முக்கியமாகப் பதிவு செய்ய நினைக்கிறேன்.

ஷாஜி:

சரி, நான் உச்சம் என்று நினைக்கிற ஒரு விஷயத்தைப் பற்றி எழுதக்கூடாதா?- என்று ஆத்தே பற்றிச் சொல்லும்போது இவர் சொல்லியிருக்கிறார். இதை வைத்து இந்த உச்சம் என்று நாங்கள் கனவு காண்பதைத்தான் நாங்கள் எழுதினோம். அப்படி நாங்கள் வாழ வேண்டிய அவசிமில்லையென்று தமிழ் எழுத்தாளர்களும் மலையாள எழுத்தாளர்களும் என்னுடன் விவாதித்திருக்கிறார்கள். எழுத்து வேறு அதுவும் அந்த ஸ்கிஸ்வாய்ட் movement-ல நான் அப்படிச் செய்கிறேன். அதற்கப்புறம் நான் ரொம்பச் சாதாரண மனிதன். உங்களைவிடவும் கேவலமான மனிதன்தான் நான். ஆனால், எழுதும்போது படைப்பதனால் நான் இறைவன் என்று கண்ணதாசன் எழுதியதுபோல் சொல்கிறார்கள். இதை நான் ஒரு துளியும் ஒப்புக்கொள்ள மாட்டேன்.

சோர்வாக இருக்கிற ஒரு மனநிலையில் ஒரு சந்தோஷமான இசையை எந்த ஒரு திறமையான இசையமைப்பாளராலும் compose

செய்யமுடியாது. Depressive-ஆக இருக்கும்போது depressive-ஆன எழுத்துதான் உங்களுக்கு வரும். ஒரு கொண்டாட்டமான எழுத்து உங்களுக்கு வராது. ஒரு mood-ஏ உங்களின் எழுத்தைத் தீர்மானிக்கும்போது ஒரு மனிதன் என்ற முறையில் நீங்கள் எப்படி இருக்கிறீர்கள்? நீங்கள் ஒரு கருணை நிறைந்த மனிதன் compassionate human being- என்பதெல்லாம் வருவதில்லையா என்று கேட்கிறேன். இதற்கு யாரும் இதுவரை ஒரு பதிலும் சொன்னதில்லை.

சிஹாபுதின்:

இதன் தொடர்ச்சியாக நான்ஒரு விஷயம் சொல்கிறேன். ஒரு artist என்பவன் mood சார்ந்தே இயங்குகிறான். அவன் music செய்வதாக இருந்தால் depressive music-தான் செய்வான். இலக்கியமாக இருந்தால் depressive இலக்கியம்தான் படைப்பான். ஒருவனை influence செய்யும் circumstances மிகவும் முக்கியமானது. எப்போதுமே அரசியலிலிருந்தோ வரலாற்றிலிருந்தோ விடுபட்டு ஒரு படைப்பைப் பற்றியோ கலைவடிவத்தைப் பற்றியோ சிந்திக்க முடியாது. நான் ஒரு யதார்த்தமான விஷயம் சொல்கிறேன். மிஷ்கினின் ஓநாயும் ஆட்டுக்குட்டியும் படத்தில் எங்கும் ஈழப்பிரச்சினை இல்லை. ஆனால் அந்தப் பார்வையிலிருந்துதான் என்னால் அந்தப் படத்தைப் பார்க்க முடிந்தது. அந்த வேட்டையின் feel-ஐ-த்தான் நான் உணர்ந்தேன். அந்த atrist-ன் எழுத்தாளரின் உள்ளுணர்வு (உபபோதம்) என்ற சங்கதி இருக்கிறதல்லவா அது, அந்தத் தனிப்பட்ட எழுத்தாளரின் உள்ளுணர்வு மட்டுமல்ல. அதற்குள் வரலாறு இன்னபிறவும் இருக்கின்றன.

ஷாஜி:

இந்த விவாதம் வேறு ஒரு தளத்திற்குச் செல்கிறது. வரலாறு என்பதே ஒரு பெரிய தவறு என்றே நான் நம்புகிறேன். வரலாற்றை விடவும் பெரிய ஃபிக்ஷன் எதுவுமேயில்லை. வரலாறு எழுதிய அனைவருமே

சாமானிய மக்கள் கிடையாது. சாமானியனுக்கு அன்றைக்குப் படிப்பறிவு கிடையாது. சமூகத்தில் 90 % பெரும்பான்மையாக இருக்கக்கூடிய ஏழை எளிய சாதாரண மக்களுக்கான வரலாறு எங்கேயும் பதிவு செய்யப்படவேயில்லை. வரலாற்றை எழுதிய யுவான்-சுவாங், மார்க்கோபோலோ, பாஹியான் போன்றவர்கள் இந்தியாவிற்குள் வந்தது இந்த மண்ணின், மக்களின் வாழ்க்கையைக் கற்றுக்கொண்டு அவர்கள் எப்படி வாழ்கிறார்கள் என்று பதிவு செய்வதற்காக வரவில்லை. அவர்கள் ஒரு தொழில்முறைப் பயணமாக அலுவல் ரீதியான பயணமாக இங்கே வருகிறார்கள். அவர்கள் பார்த்ததை எழுதுகிறார்கள். அவர்களின் புரிதலுக்கேற்ப எழுதுகிறார்கள். வரலாற்றை விடவும் பெரிய ஃபிக்‌ஷன், பெரிய அபத்தம் எதுவுமே கிடையாது.

ஆகையால் வரலாற்றுப் புரிதலிலிருந்துதான் ஒருவன் எழுதுகிறானென்றால் அவன் வரலாற்றை எவ்வாறு புரிந்து வைத்திருக்கிறான் என்பது ஒரு முக்கியமான விஷயம். படிப்பறிவு கொண்ட, சமூகத்தில் மேல்தட்டில் உள்ள, உயர்ஜாதியைச் சேர்ந்தவர்கள்தான் அனைத்து வரலாற்றையும் எழுதியிருக்கிறார்கள். ஒரு காலத்தில் யாருக்குப் படிப்பறிவு இருந்தது? சமூகத்தில் யார் மேல்தட்டில் இருந்தார்களோ அவர்கள்தான் இந்த வரலாற்றை எழுதியவர்கள். biassed writting-தான். வரலாற்றில் ஃபிக்‌ஷன்தான் அதிகமும் கலந்திருக்கும். ஒரு பொய்யைப் பேசப்பேச அந்தப் பொய்யை நீங்களே நம்பத் துவங்கி அது அந்த வாழ்க்கையில் நடந்ததாக நீங்களே அழ ஆரம்பித்துவிடுவீர்கள்.

ஒரு பொய் பேசப்பேச அது உண்மையாக மாறிவிடும். இப்போது சினிமா பார்த்து நாம் கதறி அழுகிறோம். இலக்கியத்தைப் படித்துவிட்டு நாம் கதறி அழுகிறோம். இது கட்டுக்கதை என்று தெரிகிறது. ஆனால் நமக்குத் தெரிந்த ஒரு வாழ்க்கையுடன் பொருத்திக்கொண்டு மிஷ்கின் உருவாக்கிய படம்தான் என்று தெரிந்தும் நாம் அழுதுகொண்டே

பார்க்கிறோம். பொய்யை நம்புவதற்கும், பொய்யை உண்மையாக்குவதற்குமான ஒரு மன இயல்பு மனிதனிடம் இருக்கிறது. அதனால்தான் நாம் ஃபிக்‌ஷனை ரசிக்கிறோம். ஆகையால் ஃபிக்‌ஷன் வரலாற்றில் அதிகமாகக் கலந்திருக்கிறது. வரலாற்று அடிப்படையிலிருந்து, வரலாற்றுப் புரிதலைத்தான் ஓர் எழுத்தாளன் எழுதுகிறான், அவனது தன்னியல்புகள் அவனுக்குப் பாதகமில்லை. அவன் எப்படிப்பட்டவனாகவும் இருக்கலாம். இப்போது சாடே (Marquis de Sade) இருக்கிறார். அவர் ஒரு சாடிஸ்டாக இருந்ததாலேயே அவர் மனிதநேயத்தைப் பற்றி எழுதக்கூடாதென நான் சொல்லவில்லை.

என்னைப் பொருத்தவரை ஒரு படைப்பாளியின் சிந்தனை அவனது மனவோட்டம்தான் தெரிந்தோ தெரியாமலோ அவனது படைப்புகளில் பிரதிபலிக்கும். அப்படி வரும்போது அவனோட மன இயல்புகளும் அவனது குணாதிசயங்களும் அவன் படைப்பில் வரும்போது, 'வரலாற்றிலிருந்து படைக்கிறான், எழுதி முடித்தபிறகு அதைக் கடந்து செல்கிறான் என்பதில் எனக்கு நம்பிக்கையில்லை. நீங்கள் எப்படி உலகைப் பார்க்கிறீர்கள்? எப்படி மக்களைப் பார்க்கிறீர்கள்? எப்படி வாழ்க்கையைப் பார்க்கிறீர்கள்? என்பதுதான் உங்களின் பதிவுகள். எழுத்தும் வாழ்க்கையும் இரண்டாக இருப்பதில் எனக்கு உடன்பாடு இல்லை.

பவா:

ராஜகோபால், நவீனத் தமிழிலக்கித்தின் மிகவும் நுட்பமான வாசகர் நீங்கள். தற்போதைய தமிழிலக்கியத்தின் மேன்மைகள் பற்றி உங்கள் பார்வையை விரிவாகக் கூறுங்கள்.

ராஜகோபால்:

ஒரு சட்டகம் (frame work) வைத்துப் பேசப் பழகியிருக்கிறோம். இப்போது வரைக்கும் மலையாளத்துக்கும் தமிழுக்குமான இலக்கிய,

கலாச்சாரப் பரிமாற்றங்கள் குறித்துத்தான் நாம் பேசுவதாக இருந்தது. மலையாளத்தில் நான் ஏற்கெனவே கூறியபடி சமூக இயக்கங்கள், இடதுசாரி இயக்கங்கள் மூலமாகத்தான் இலக்கியம் வந்தது. தமிழ்நாட்டில் அவ்வாறு வரவில்லை. அது இலக்கிய இயக்கங்கள் வழியாகவே நிகழ்ந்தது. அதற்கான கருவியாகச் சிற்றிதழ்கள் இருந்தன. இலக்கிய இயக்கமே தமிழில் இலக்கியத்தை மேலே கொண்டு சென்றது. அந்தப் பாரம்பரியம் இப்போதும் தமிழில் இருக்கிறது. இப்போது வரைக்கும் இலக்கியம், இலக்கிய இயக்கமாக இருக்கிறதே தவிர, எந்த ஒரு சமூக இயக்கத்தின் தோளில் ஏறியும் அது வளரவில்லை. இதுதான் தமிழ், மலையாள இலக்கியங்களுக்கிடையில் இருக்கும் பெரிய வித்தியாசம். மற்றொன்று, கடந்த 25 வருடங்களை எடுத்துக்கொண்டால் அதற்கு முன்னர்வரை தமிழிலக்கியம் சார்ந்த ஒருவருக்கு மலையாள இலக்கியம்தான் பெரிய ஆதர்ஷம். மலையாள எழுத்தாளர்களுக்கு வங்க இலக்கியம் ஒரு பெஞ்ச் மார்க்.

ஷாஜி:

இந்த இடத்தில் நான் ஒன்று சொல்லலாமென நினைக்கிறேன். ராஜகோபால் சொன்னதில் ஒரு பெரிய உண்மை இருக்கிறது. தமிழிலக்கியம் இலக்கியத்திற்காகவே இருக்கிறது. தமிழில் ஒரு பத்திரிகையாளர் உங்களுக்குத் தொலைபேசி மூலம் இப்படிப்பட்ட ஒரு கதையை இப்படிப்பட்ட ஒரு கட்டுரையை எங்களுக்கு எழுதிக்கொடுங்கள் என்று கேட்டதேயில்லை.

ராஜகோபால்:

அரசியல், சமூக இயக்கங்களிலிருந்துதான் பத்திரிகைத்துறை வரும், பத்திரிகையாளர்கள் வருவார்கள். இப்போது நீங்கள் சொன்னீர்கள் கொஞ்சமாவது இடதுசாரிச் சாயலில்லாத பத்திரிகையாளரைக் கேரளாவில் எங்கேயும் காண முடிவதில்லையென. அப்போது, அவர்களுக்கு இலக்கியத்தில் ஒரு touch இருக்கும். அதனால், அவர்கள் dictate செய்வார்கள் தனக்கு என்ன வேண்டுமென.

ஷாஜி:

ஆனால் தமிழில் அப்படி ஒரு விஷயமேயில்லை. தமிழில் நீங்கள் எழுதுவதை அவர்கள் பிரசுரிப்பார்கள். எழுத்தாளர்களுக்கு முழுச் சுதந்திரம் இருக்கிறது. Technology வந்தபின்னர் அவர்களேதான் அவர்களின் எடிட்டர். அவர்கள்தான் அவர்களின் மாஸ்டர்.

ராஜகோபால்:

மலையாள இலக்கியமும் தமிழிலக்கியமும் வித்தியாசப்படும் இடம் இதுதான். 25 வருடங்களுக்கு முன்பு நான் ஓர் எழுத்தாளராக இருந்தால் என்னோட பெஞ்ச் மார்க் மலையாள இலக்கியம்தான். மலையாள இலக்கியத்தின் உச்சத்தை, மலையாள எழுத்தாளர் எந்த உச்சத்திற்குச் சென்றாரோ அதுதான் என்னோட பெஞ்ச் மார்க்காக இருக்கும். இப்போது இந்த technology வந்தபின்னர் என்ன ஆனதென்றால், ஓர் எழுத்தாளராக நான் எனக்கான வாசகர்களை, என் எழுத்தை ரசிக்கும் வாசகர்களை நான் அடையாளம் காணவியலும்.

பவா:

இந்த உரையாடலுக்கு முன்னர் நாங்கள் பேசிக்கொண்டிருந்தோம். விஷ்ணுபுரத்தை இப்போது யார் யார் வாசித்திருக்கிறார்களென ஜெயமோகனுக்குத் தெரியும். அந்த அளவிற்குத் தொழில்நுட்பம் எளிமையாக இருக்கிறது.

ஷாஜி:

அதனால்தான் அதற்கு ஊதியமேயில்லை. காசே இல்லை.

ராஜகோபால்:

அதனால்தான் இலக்கியம், இலக்கிய இயக்கமாக மட்டுமேயானதாக இருக்கிறது.

ஷாஜி:

பாஷா போஷிணி ஆண்டு மலருக்கு ஒரு கட்டுரை எழுதினேன். 5000 ரூபாய்க்கான செக் வந்திருக்கிறது. எம்.எஸ். விஸ்வநாதன் பற்றி 2005-ல் தமிழில் ஒரு கட்டுரை எழுதியிருக்கிறேன். ஐந்து பைசா மனுஷ்யபுத்திரனோ, யாருமோ கொடுத்ததில்லை. மலையாள வாரப் பத்திரிகைகளில் போன வருஷத்துக்கான கவர் ஸ்டோரி எழுதியதற்கு 2 செக் வந்திருக்கிறது. ஆகையால் மலையாளத்தில் எழுதினால் காசு வரும். தமிழில் வராது.

ராஜகோபால்:

இன்றைக்கும் அச்சு ஊடகம் வாயிலாகத்தான் இலக்கியம் இன்னும் வீரியமாக இருக்கிறது. அதன் ஃபிளாட்ஃபார்ம் கேரளாவிலும் அவ்வாறுதான் இருக்கிறது. ஆனால் தமிழ்நாட்டில் technology வந்தபின்னர் அது வேறு ஒரு தளத்தை நோக்கிப் பாய்ந்திருக்கிறது. அந்தப் பாய்ச்சலில்தான் தமிழ் இலக்கியம், மலையாள இலக்கியத்தை விடவும் முன்னேறிச் சென்றிருக்கிறது. Elight group of readers and writters எல்லோருமே இப்போது அந்த இடத்திற்கு வந்துவிட்டார்கள். இது உருவாக்கக்கூடிய பெரிய கேன்வாஸ் ஒன்றிருக்கிறது. இந்த கேன்வாஸ் இன்னும் மலையாளத்தில் வரவில்லையென நினைக்கிறேன்.

ஷாஜி:

இந்த அவதானிப்பு சரிதான். ஏனென்றால் கம்ப்யூட்டிங்கில் ஆங்கிலத்திற்கு நிகராகவே தமிழும் வளர்ந்திருக்கிறது. அதற்கு தமிழகத் தமிழர்கள் மட்டும் காரணமல்ல. இலங்கை, தென்னாப்பிரிக்கா, ஜெர்மனி, மலேசியாவிலுள்ள தமிழர்கள் எல்லாம் ஒன்றாக இணைந்து ஒரே நேரத்தில் ஒரே வேலையைச் செய்து சாதித்திருக்கிறார்கள். நீங்கள் ஆங்கிலத்தில் டைப் செய்யும் அதே வேகத்தில் தமிழில் டைப் செய்ய முடிகிறது. நான் தமிழில் அதி சரளமாக டைப் செய்வேன். ஆனால்

மலையாளத்தில் என்னால் டைப் செய்ய இயல்வதில்லை. கம்யூனிசத்தால் மலையாளிகளுக்கு social elevation வந்திருக்கிறதென்று சொல்கிறோமில்லையா? ஆனால் அதனால பெரிய அபத்தங்களும் நிகழ்ந்திருக்கின்றன. Computerization வந்தபோது அதை முற்றிலுமாக எதிர்த்தார்கள். வேலைவாய்ப்புகள் பாதிக்கப்படும் என்று அதை எதிர்த்து முற்றிலும் ஒதுக்கி வைத்ததால் மிகவும் தாமதமாகத்தான் மலையாளிகள் கம்ப்யூட்டிங்குக்குள் வருகிறார்கள். அவர்கள் இங்கே வருவதற்குள் தமிழிலக்கியம் எங்கேயோ சென்றுவிட்டது.

நான் தமிழிலக்கியத்திற்குள் வருவதற்கு முன்பாகவே, தமிழிலக்கியவாதிகள் எனக்கு அறிமுகமாவதற்கு முன்பாகவே ஜெயமோகன், எஸ். ராமகிருஷ்ணன் எல்லாம் கம்ப்யூட்டரில் எழுதத் துவங்கிவிட்டார்கள். ஜெயமோகன்தான் என்னிடம் முதலில் நீங்கள் முரசு அஞ்சல் download பண்ணிக் கொள்ளுங்கள். நான் டைப் பண்ணி அனுப்புவதை நீங்கள் correction செய்து கொள்ளலாம் என்று சொன்னபின்னர்தான் நான் எழுதவே துவங்கினேன். இது மலையாளத்தில் நடைபெறவில்லை. இன்றைக்கும் என்டெ என்பதை மலையாளத்தில் என்றே என்றுதான் எழுத முடியும்.

ராஜகோபால்:

இந்தத் தொழில்நுட்பத்தின் சாதக அம்சம் தமிழ்நாட்டில் என்னவாக இருந்ததென்றால், தமிழ்நாடு என்ற நிலப்பரப்புடன் மட்டும் இது முடிந்துவிடுவதில்லை. இன்றைக்குத் தமிழ் இலக்கியத்திற்கான இடம் என்பது எங்கெல்லாம் தமிழர்கள் இருக்கிறார்களோ அங்கெல்லாம் தமிழ் இலக்கியமும் இருக்கிறது. இப்போது கனடாவில் இருக்கும் தமிழ் இலக்கியம் என்பது ஈழத்தமிழர்கள் கனடாவிற்குச் சென்றபின்னர் அவர்கள் உருவாக்கியது. இன்றைக்குப் பிரிட்டனுக்குச் சென்றால் அங்கேயும் தமிழிலக்கியத்திற்கான base இருக்கிறது. இன்றைக்குத்

தமிழ் இலக்கியம் என்பது சர்வதேசியத்திற்கும் செல்லக்கூடியதாக இருக்கிறது. தமிழர்களுக்கு இணையாகவே இந்த வாய்ப்பு மலையாளிகளுக்கும் இருக்கிறது. தமிழர்களைவிடவும் மலையாளிகள்தான் வெளிநாட்டில் பரவி இருக்கிறார்கள். மலையாளிகள் அளவுக்குத் தங்கள் மரபு, கலாச்சாரம் மேல் அபிமானம் கொள்ளக்கூடியவர்கள் வேறு யாருமில்லை எனச் சொல்வார்கள். அவர்கள் எப்படி இதைத் தவறவிட்டார்கள் என்பது எனக்கு ஆச்சரியமான விஷயம்.

சிஹாபுதின்:

மலையாளிகளுக்கு மிகுந்த மொழிப்பற்று இருப்பதாக எனக்குத் தோன்றவில்லை. தமிழன் என தமிழில் அபிமானத்துடன் தங்கள் சினிமாவிற்குப் பெயர் வைப்பார்கள். ஆனால் மலையாளத்தில் ஒரு சினிமாவின் பெயர் 'மலையாளி மாமனுக்கு வணக்கம்' என்பது. இதில் ஒரு ஆத்ம பரிகாசம்தான் அதிகம். ஒரு self - parady. அதனால்தான் தமிழர்களைப் போல மொழிரீதியான ஒரு உணர்வு, மலையாளத்தில் இல்லையென்றே எனக்குத் தோன்றுகிறது. ஷாஜி, நீங்கள் என்ன நினைக்கிறீர்கள்?

ஷாஜி:

மலையாளிகளுக்கு அந்த உணர்வு சிறிதளவு கூடக்கிடையாது என்றே எனக்கும் தோன்றுகிறது. மலையாளிகளுக்கு மொழியுணர்வு என்ற ஒன்று இல்லவேயில்லை. மலையாளிகளைப்போல மலையாள மொழியை மோசமாக எழுதுபவர்கள் வேறு யாருமில்லை. நான் மலையாளத்தில் எழுதும்போது எந்த வகையிலும் ஆங்கிலக் கலப்பைத் தவிர்த்து விடுவேன். 200 வருடங்களுக்கு முண்பு மலையாளத்தில் ஒரு வாழ்க்கை முறை இருந்தது. இந்த மொழியை வைத்தே வாழ்ந்தவர்கள் இருந்தார்கள். ஆனால் இப்போது மொழி பற்றிய எந்தப் புரிதலும் மலையாளிகளுக்கு இல்லை.

இன்றைக்கு இருக்கும் மலையாளம் என்பது ஒருவகையான மணிப்பிரவாளம். ஆங்கில மோகம் தமிழனுக்கு இருப்பதைவிடவும் ஆயிரம் மடங்கு மலையாளிகளுக்கு அதிகமாக இருக்கிறது. நீங்கள் இப்போது கொச்சிக்குச் சென்றால் உங்களால் மலையாளத்தைக் கேட்கவே முடியாது. மலையாளம் என்ற மொழி அழிந்து கொண்டிருக்கிறது. தமிழ், ஆங்கிலம், மலையாளம் என்கிற மூன்று மொழிகளையும் உற்று நோக்கும் நான் சொல்கிறேன். 400 ஆண்டுகாலப் பாரம்பரியம் கொண்ட மலையாளம் இன்னும் அதிகபட்சம் 200 ஆண்டுகளுக்குள் முற்றிலும் அழிந்து போய்விடும். மலையாளிகளுக்கு மலையாள மொழியுடன் எந்தப் பிடிப்புமேயில்லை. மலையாளம் பேசுவதையே அவன் தாழ்வாக நினைக்கிறான். கேரளாவிலுள்ள மலையாளி வெளியில் வரும்போது கொஞ்சம் sentimental-ஆ யோசிக்கத் துவங்குவான்.

மற்றபடி, நாம் தமிழில் சாதாரணமாக உரையாடும்போது ஆங்கிலம் கவந்துதான் பேசுகிறோம். ஆனால் மேடையில் பேசும்போது அதில் ஆங்கிலமே இருக்காது. நேரில் ஆங்கிலம் கலந்து பேசினாலும் மொழி சார்ந்த ஒரு பற்று, மொழி சார்ந்து, இலக்கியம் சார்ந்து இணையாகவே தமிழில் சென்று கொண்டிருக்கிறது. மலையாளத்தில் அந்த விஷயமேயில்லை. அங்கே அவனுக்கு எது மலையாளம், எது ஆங்கிலம் என்று தெரியாத அளவுக்குப் போய்விட்டது. மலையாளிகளுக்கு மொழிப்பற்று, கலாச்சாரப் பற்று என்பதையெல்லாம் கேரளாவிற்கு வெளியே இருக்கும் மலையாளிகள் ஓணம் கொண்டாடுவதைக் கொண்டு பார்க்க முடியாது.

சிஹாபுதின்:

ஷைலஜா, இதைப் பற்றி நீங்கள் என்ன நினைக்கிறீர்கள்?

ஷைலஜா:

அவர் சொன்னதை நான் அப்படியே ஆமோதிக்கிறேன்.

சிஹாபுதின்:

அவர் சொன்னதை அப்படியே ஒப்புக்கொள்கிறீர்களா?

ஷைலஜா:

ஆம்.

பவா:

தமிழில் சுகுமாரன், எம்.எஸ். என்று துவங்கி யூமா வாசுகி, ஷைலஜா, ஜெயஸ்ரீ, என்று ஒரு சிறந்த டீம் இருக்கிறது. ஒரு கதை மலையாளத்தில் பேசப்பட்டதென்றால் அது அப்படியே தமிழில் படிக்கக் கிடைக்கும். அதைப் போன்று நாங்கள் எழுதும் சிறந்த கதைகள் மலையாள சிறு பத்திரிகைகளிலோ, மிடில் மேகஸின்களிலோ உடனடியாக வாசிக்கும்படி மொழிபெயர்த்துத் தரும் மலையாள மொழிபெயர்ப்பாளர்களைப் பற்றி நீங்கள் இருவரும் சொல்லுங்கள்? யார் யார் அப்படி இருக்கிறார்கள்?

ஷாஜி:

மொழிபெயர்ப்பாளர்களைத் தாண்டி ஒரு பெரிய கொடூரமான ஒரு விஷயத்தை நான் சொல்ல வேண்டும். பிறப்பில் மலையாளியான நான் தமிழில் சொல்வதாகவே பதிவு செய்து கொள்ளுங்கள். மலையாள இலக்கியம் இன்றைக்கு வந்து நிற்கும் இடம் மிகவும் ஆபத்தான, படு கேவலமான ஒரு முட்டுச்சந்து என்றே சொல்லலாம். நாம், சக்கரியா, சிஹாபுதீன் என்றெல்லாம் சொல்கிறோம். இவர்களெல்லாம் 80-களின் எழுத்தாளர்கள். நாம் இன்று பேசிக் கொண்டிருப்பவர்களெல்லாம் 80-களின் எழுத்தாளர்கள். இன்றைக்கும் நாம், பஷீர், கமலாதாஸ், ஓ.வி. விஜயன், அடுத்த தலைமுறை என வரும்போது அசோகன் சருவில், அஷ்டமூர்த்தி, சிஹாபுதீன் வரிசையில் இப்போது இருக்கும் சந்தோஷ் ஏச்சிக்கானம், கே.ஆர். மீரா என ஏதோ கொஞ்சம் சொல்லலாமே தவிர, இன்றைக்கு இருக்கிற

மலையாள எழுத்து மலையாளமும் இல்லை ஆங்கிலமும் இல்லை, கூகிள் (google) எழுத்தும் கிடையாது. மிக அசிங்கமான ஒரு இடத்தில் வந்து நிற்கிறது மலையாள எழுத்து. இந்த ஆபத்துக்கு நடுவில் சாரு நிவேதிதாவின் எழுத்துகள் மற்ற எழுத்தாளர்களைவிடவும் அதிகமாக மலையாளத்தில் மொழிபெயர்க்கப்படுவதற்குக் காரணம், அந்த வகையான எழுத்தின் மேல் மலையாளிகளுக்கு ஒரு மோகம் இருக்கிறது.

இந்தத் தலைமுறை வாசகர்களுக்குப் பாதி ஆங்கிலம் கலந்திருக்க வேண்டும். மலையாளம் ஒரு இணைப்பு மொழியாக இருந்தால் போதும் என நினைக்கிறார்கள். மற்ற எல்லாமுமே ஆங்கிலமாக இருக்கவேண்டும். கீமியா என்று ஒரு புத்தகம் படிக்கிறேன். அது முழுக்க முழுக்க ஆங்கிலமாகவே இருக்கிறது. ஆங்கிலத்தில் படிக்க எங்களுக்கு ஆங்கில இலக்கியம் இருக்கிறது. நாங்கள் ஆங்கிலம் படிக்கிறோம். ஒன்று, நீ மலையாளத்தில் எழுது அல்லது ஆங்கிலத்தில் எழுது. அதுவுமில்லாமல் இதுவுமில்லாமல் எழுதி இரண்டு மொழிகளையும் கேவலப்படுத்துகிறார்கள். இதுதான் இப்போது மலையாளத்தில் நடந்துகொண்டிருக்கிறது.

பவா:

ஷாஜி, எனக்கு இதற்கு நிகரான ஒரு கேள்வி இருக்கிறது. அருண், நீங்கள் சொல்லுங்கள் இதற்கான பதிலை. இப்போது ஷாஜி சொன்னாரில்லையா? Google writing என்று. அதாவது இலக்கியத்தை மொழிரீதியாக சிதைத்து எழுதப்படுவது. இந்த ஆபத்து தமிழில் கடந்த மூன்று நான்கு ஆண்டுகளாக இருப்பதாக நினைக்கிறேன். குறிப்பாக உயிர்மை வெளியிட்ட ராஜிவ்காந்தி சாலை போன்றவை. இந்த எழுத்துக்களைப் படிக்கும்போது அதற்குள் ஒரு ஆன்மாவோ, ஒரு தமிழ் வாழ்வோ, ஒரு சிதைக்கப்பட்ட வாழ்வோ, மொழியோ இல்லை. ஒரு பயங்கரமான ஃபேஷனான எழுத்துக்குள் இளைஞர்களை ஈர்ப்பதற்காக எழுதப்பட்டதாகத்தான் நான் நினைக்கிறேன். ஒரு boom

மாதிரி வந்து விழுந்ததாகவே நான் நினைக்கிறேன். யாரும் அதை வாங்கிப் பத்திரப்படுத்தியதாக எனக்குத் தெரியவில்லை. இப்போது நாம் இத்தனை வருடங்கள் கழித்து ஜே. ஜே. சில குறிப்புகள் பற்றிப் பேசுகிறோம். இத்தனை வருடங்கள் கடந்த பின்னரும் தி. ஜானகிராமன் பற்றிப் பேசுகிறோம். இதைப்போன்று இந்த எழுத்துகளுக்கு ஒரு மரியாதை இருப்பதாக நினைக்கிறீர்களா?

அருண்:

அப்படி எந்த மரியாதையும் கிடையாது. இப்போது எழுதுகிறவர்களிடம் கதைகள் இருக்கின்றன. கதைகளென்றால் சம்பவங்கள் இருக்கின்றன. ஆனால் good story கிடையாது. அதையும் தாண்டி மொழி ஆளுமை இல்லை. அதாவது எழுத்தாளன் என்கிற ஆளுமை இல்லை. இப்போது நீங்கள் கூறிய download writtings என்பது கதைகளிலிருந்து கவிதைகள் வரைக்கும் எல்லாமே தகவல்களின் களஞ்சியமாகத்தான் இருக்கின்றன. இந்தத் தலைமுறை எழுத்தாளர்கள் தகவல்களை மட்டுமே கதைகளாகவும், கட்டுரைகளாகவும், கவிதைகளாகவும் மாற்றுகிறார்கள். கட்டுரைகள் கூட ஓரளவு சரி. யார் வேண்டுமானாலும் எங்கிருந்து வேண்டுமானாலும் தகவல்களைப் பெற்றுக்கொண்டு எழுதிவிடலாம். இந்த download writtings என்ற concept-ல் நீங்கள் எதை வேண்டுமானாலும் எழுதிவிட முடியும். சினிமா பற்றியும் எழுதலாம், வர்ஜீனியா உல்ஃப் கவிதைகள் பற்றியும் எழுதலாம். ஆனால், வர்ஜீனியா உல்ஃப் என்பவர் யார்? எந்த ஊர்க்காரர். எந்த விதமான கவிதைகளை எழுதியிருக்கிறார் என்று எதுவுமே தெரியவேண்டாம். அந்தப் பெயரைக் கூகுளில் அடித்து கிடைக்கும் சம்மரியில் இருந்து எதையாவது எடுத்து re-arrange செய்து எழுதுகிறார்கள். இது நெடுங்காலத்திற்கு நிற்காது. இப்போது நாம் வெயிலில் போகும்போது ஒரு ஐஸ் வாட்டர் வாங்கிக் குடிக்கிறோமில்லையா, அந்த மாதிரி ஒரு நிகழ்கால சந்தோஷத்துடன்

முடிந்துவிடும். அதைத்தாண்டி காலம் கடந்த படைப்பாகவோ, ஒரு உத்வேகம் தரும் படைப்பாகவோ, நம்மைச் சிந்திக்கத் தூண்டும் படைப்பாகவோ இருக்காது. அசோகமித்திரனை எடுத்துக்கொண்டால், அவர் நம் மனதிற்குள் இருக்கும் அழுக்குகளை, கசடுகளை எழுதுகிறார். நாம் நிஜத்தில் அந்தக் கதாபாத்திரம் போலவே இருப்போம். ஆனால், அந்தக் கதையைப் படித்து முடிக்கும்போது அந்த அழுக்கை வெளியேற்றுவது மாதிரி ஒரு சம்பவத்தை முடித்து அதிலிருந்து வெளியே வருவார். ஆனால் இப்போது இருப்பதோ, அந்தக் கசடுகள் உள்ளே இருந்தால் என்ன தவறு என்று கேட்பதான எழுத்துக்கள்தான் இருக்கிறது. இலக்கியத்தின் நோக்கமே மனித மனதிலிருக்கும் கசடுகளை வெளியேற்றுவதுதான். ஒரு purity-க்குள் நம்மைக் கொண்டு செல்வதுதான். இப்போது ஏன் அப்படி நடக்கவில்லையென்று சொன்னால் ஒரு ஆழ்ந்த வாசிப்பு இல்லாமல் போய்விட்டது. தமிழில் என்ன நிகழ்ந்ததென்றால் தொன்மைக்கும் நவீனத்துக்கும் ஒரு வித்தியாசமில்லாமல், குறிப்பாக, திராவிட இயக்கங்களின் வருகை காரணமாகத் தொன்மையை மறந்து நமது மரபுகளைப் புரிந்துகொள்ளாதவர்களாகி விட்டோம். மரபுகளைப் புரிந்து கொள்ளாமல், நமது சங்க இலக்கியங்களிலிருந்தோ, மற்ற இலக்கியங்களிலிருந்தோ எதையும் எடுத்துக் கொள்ளாமல் நானே ஒன்றைப் புதிதாக உருவாக்குகிறேன் என்று புறப்படும்போதுதான் இந்தப் பிரச்சினைகள் வருகிறது. ஆகையால் என்னிடம் எதுவுமே உள்ளே இல்லாமல் output கொடுப்பதற்கான வாய்ப்புகள் இல்லை.

ராஜகோபால்:

இதுவும் தொழில்நுட்பம் சார்ந்த விஷயம்தான். Blog வந்தபோது தமிழில் ஆங்கிலத்தை விடவும் அதிகமான Blogs இருக்கிறதோ என்று எண்ணக்கூடிய வகையில் அதிகமாக இருந்தது. ஆனால் Blog-ன் ஆயுள் மூன்றே வருடங்கள்தான். அதன்பின்னர் Blog-ல் தொடர்ந்து

யாரும் எழுதவில்லை. பின்னர் Orkut வந்தது. எல்லோரும் Orkut-க்கு ஓடிப் போய் விட்டார்கள். அப்புறம் Orkut கைவிடப்பட்டு Facebook. இப்போது அதுவும் கைவிடப்பட்டு பெரும்பாலானோர் Twitter-க்கு வந்தார்கள். இப்போது Whatsapp வந்துவிட்டது. இப்படி இந்தத் தலைமுறைக்கு உண்டான எழுத்துக்கள்தான் இப்போது நீங்கள் சொன்ன ராஜிவ்காந்தி சாலை மாதிரியான புத்தகங்கள். அவற்றிற்கான ஆயுள் மூன்றே வருடங்கள்தான். மூன்று வருடத்திற்கு மேல் அவை நிற்கப்போவதில்லை.

அருண்:

இப்போது ஒரு விஷயத்தை நீங்கள் மொழி பெயர்க்கிறீர்கள். இப்போது கூகுளில் ஒரு விஷயத்தை மொழிபெயர்க்கும் போது நியாயமாகத்தான் செய்கிறீர்கள். ஆனால் இதை எப்படி மொழிபெயர்க்கலாம் என்று சுஜாதா சொல்லியிருக்கிறார். சுஜாதா சில சமயங்களில் மிகவும் நியாயமாகத்தான் சொல்லியிருப்பார்.

சிஹாபுதின்:

கூகுளில் மனிதன் என்று தேடினால் முழு அனாட்டமியும் கிடைத்துவிடும். ஆனால் மனசு என்பது என்ன என்று கிடைக்காது.

பவா:

இந்த மாடர்னான பையன்கள் மூலமாக ஒரு 100 தொகுப்புகள் கடந்த மூன்று வருடங்களுக்குள் வந்திருக்கிறது. குறிப்பாக கவிதைத் தொகுப்புகள். கவிதைகள்தான் அத்தனை இலக்கியப் போலிகளும் உலாவும் இடமாக இருக்கிறது. யார் வேண்டுமானாலும் கவிதை எழுதலாம் என்றாகிவிட்டது. அதற்குள் பயங்கர பாலிடிக்ஸ் இருக்கிறது. Groupism இருக்கிறது. கவிஞர் என்று கூப்பிட்டால் அத்தனை பேரும் திரும்பிப் பார்க்கிறார்கள். இந்தப் போலியான கவிதைகள், போலியான புத்தகங்கள் எழுதும் ஆட்கள் ஒரு டீமாக

செயல்படுகிறார்கள். அவர்களுக்குள் ஒரு network இருக்கிறது. பயங்கர sharing இருக்கிறது. ஒருவன் ஒரு கவிதையை அல்லது ஒரு புத்தகத்தை எழுதுகிறானென்றால் அந்த நூறு பேரும் ஒரே நாளில் அதைப் பற்றி எழுதுகிறார்கள். நான் உனக்கு லைக் போடுகிறேன். நீ எனக்குப் போடு. இன்னும் ஒரு படி மேலே போயி, கிண்டலா இல்லை, நான் ரொம்ப சீரியஸா சொல்கிறேன். தமிழில் ஒரு கவிஞர், அவரே ஒரு 10, 15 நண்பர்களை வைத்துக்கொண்டு விதவிதமான பெயர்களில் Facebook ID உருவாக்கி, அவர் ஒரு கவிதையை எழுதினால் 800, 900 Likes போட வைக்கிறார் என்று என் பையன் வம்சி எடுத்துக் காட்டுகிறான். இவர்கள் ஏன் இப்படிச் செய்கிறார்கள்? இவர்களுக்கு இது எதைக் கொடுத்துவிடுமென எனக்குத் தெரியவில்லை.

இதற்கு நடுவில்தான் இன்றைக்கு ஆயிரம் விமர்சனங்கள், மற்ற விஷயங்கள் இருந்தாலும் இமையம் போன்றவர்களின் கதை பேசப்படுகிறது. 'எங் கதெ' என்ற கதை வந்தவுடனே அதை எல்லோரும் பெரிய அளவில் படிக்கிறார்கள். அவரது 'கொலைச்சேவல்' மாதிரியான விஷயங்கள் பேசப்படுகிறது. இந்தத் தொழில்நுட்பத்திற்குள் எல்லாம் இமையம் மாதிரியான ஆட்கள் போகவேயில்லை. எங்கேயோ ஒரு இடத்திலிருந்து எழுதிக் கொண்டிருக்கிறார்கள். கண்மணி குணசேகரன், சு. வேணுகோபால் போன்றவர்களின் எழுத்துக்கள் எல்லாம் இந்த தொழில்நுட்பத்தை மீறி நிற்கிறது. இதற்கெல்லாம் Bubble ஆன லைஃப்தான். ஆனால் பயமாக இருக்கிறது. இதைப் பார்த்து சென்ஸிடிவ் ஆன படைப்பாளிகளான கலாப்ரியா, வண்ணநிலவன் போன்றவர்கள் டிஸ்டர்ப் ஆகிறார்கள். வண்ணதாசனின் சமவெளி, கலைக்கமுடியாத ஒப்பனைகள் போன்ற புத்தகங்களை விஜயா பதிப்பகத்தில் போடும்போது 100 பிரதிகள் வாங்கக்கூட ஆட்கள் கிடையாது. ஒரு உண்மையான கலைஞனை இந்த மாதிரி தொழில்நுட்ப விஷயங்கள் பயமுறுத்துகிறது. அது பலரை எழுதவிடாமல் செய்கிறது.

ஜெயஸ்ரீ:

இந்த நிலைமை மலையாளத்தில் எப்படி இருக்கிறதென நீங்கள் சொல்லுங்கள் சிஹாபுதின்.

சிஹாபுதின்:

மலையாளத்திலும் இதைப்போன்ற நிலைமைகள் தமிழை ஒத்ததாகவே இருக்கின்றன. மலையாளதில் ஆத்மரதி சுயமோகத்தின் ஒரு பகுதியாகவே அதன் வெளிப்பாடாகவே Facebook வருகிறது. Selfie என்பதும் அவ்வாறே. காலையில் சிற்றுண்டியின் போது ஒரு Selfie. மதிய உணவின்போது ஒரு Selfie. இவ்வாறு தன்னை மட்டுமே முன்னிலைப்படுத்தி அதற்குள்ளேயே ஒரு சிறிய உலகத்தில் உலாவுகின்றனர். இது கவிதையையும் யதார்த்தத்தில் பாதித்திருக்கிறது. இதை Selfie Poems என்று சொல்லலாம். Self Poems-தான் யதார்த்தத்தில் சிறப்பானது. அது மனிதனை தன் உள்ளிலிருந்து வெளியே எடுக்கும் ஒரு விஷயமாக நான் புரிந்து கொள்கிறேன்.

பொதுவாக நம்முடைய உலகம், மாறிக்கொண்டே இருப்பதின் பாகமாக இப்போதைய அரசியலும் பிற்போக்கில் போகிறது. அனைத்து இடங்களிலும் நாம தேடிய மதிப்பீடுகளும் (Values) வெகு சிறப்பான பல தத்துவச் சிந்தனைகளும் பிற்போக்கில் போகிறது. மறக்கப்படுகிறது. இதன் ஒரு பகுதியாக மனிதருக்கு அவனது சமூகப் பின்புலம், அரசியல் பின்புலம், அதன் sprit, ideology எல்லாம் திரிக்கப்படுகிறது. மதம் என்று சொன்னால் அதன் ஆன்மிகப் பொருளில் எடுத்துக்கொள்ள வேண்டும். அரசியல் என்று சொன்னால் அதன் உள்ளார்ந்த பொருள் மனிதநேயம்தான். எந்த மனிதநேயத்திலும் ஒரு அரசியல் உண்டு. அப்போதுதான் தாழ்ந்த நிலையிலுள்ள மனிதர்களைப் பற்றி நமக்கு டென்ஷன் ஏற்படும். தாழ்ந்தவர்களிடம் பரிவு ஏற்படும். கவலை ஏற்படும். ஆனால் இப்போது நான். நான் மட்டுமே, என் விருப்பங்கள், எனது விஷயங்கள்

என்ற வகையில் மனிதன் ஒதுங்கிப் போய்க் கொண்டிருக்கிறான். காரணமென்னவெனில் இப்போது உலகமே பயன்படுத்து- தூக்கியெறி (use and throw) என்பதை நோக்கிப் போய்க்கொண்டிருக்கிறது.

இந்த நிலைமை இலக்கியத்தைப் பாதித்திருக்கிறது. இந்த Facebook போன்ற சாதனங்கள் கட்டுப்பாட்டுக்குள் இருந்தால் நல்லதுதான். ஆனால் எல்லை மீறிய நிலையில் மனிதன் அதற்குள் மூழ்கிப்போகிறான். தன்னை நோக்கியே கேமராவைச் செலுத்துகிறான். எவ்விதமான உற்பத்தியுமில்லாமல், சமூக உற்பத்தியைத் தராத ஒரு சாதனமாக மாறுகிறது. இது கவிதையைப் பாதிக்கிறது. தொழில்நுட்ப ரீதியாகவும் இது சிக்கல்தான். இங்கேயும் அப்படித்தான். பத்திரிகைத்துறை, பதிப்பகம், மேகஸின்கள் என்பவை பெரிய அளவில் முதலீடுகளைக் கோருபவை. அதனால் முதலீட்டாளர்களின் விருப்பங்கள் அதற்குள் இருந்தே தீரும்.

ஷாஜி:

எந்தவொரு தொழில்நுட்பமும் இல்லாமலேயே ஒருவர் சிறப்பாக இயங்க முடியும். அதற்கு மிகப்பெரிய உதாரணம் மிஷ்கின். மிஷ்கினிடம் வாட்ஸ்ஆப் இல்லை, ஃபேஸ்புக் இல்லை. என்னிடம் மொபைல் இருந்தாலும் அது 24 மணி நேரமும் சைலன்ட் மோடில்தான் இருக்கும். இடையிடையில் எடுத்துப்பார்த்துவிட்டுத் தேவையெனில் நான் திரும்ப அழைப்பேன். தொழில்நுட்பம் இல்லாமலும் நாம் வாழலாம். சமீபத்தில் பியூஷ் மனுஷ்- உடன் கூப் ஃபாரஸ்ட்டுக்குள் சிக்னலே இல்லாத இடத்தில் மூன்று நாட்கள் இருந்தோம். அந்த மூன்று நாட்களும் வாழ்க்கை மிகவும் சந்தோஷமாக இருந்தது. உண்மையில் இந்த டெக்னாலஜி நம்மை வலிமைப்படுத்தவில்லை. நம்மை சிறிதுசிறிதாக அழித்துக்கொண்டுதான் இருக்கிறது.

மிஷ்கின்:

மிகத் தெளிவாக அந்த selfie-ஐ வைத்துப் பேசி விடலாம். புதிதாக ஒரு ஐடியா வரும்போது, அந்த ஐடியாவை உற்றுநோக்கிப் பயன்படுத்துகிறோம் என்று நினைக்கிறேன். உலகம் முழுவதும் Selfie மோகம் பரவியிருக்கிறது. ஒரு clsssic example. நான் ஃபிரான்ஸுக்குப் போனபோது, லூவருக்குப் போனேன். அங்கேயிருந்த முக்கியமான பெயிண்டிங்குகளுள் ஒன்று மோனாலிசா. மற்ற எல்லா பெயிண்டிங்குகளையும் பாரத்துவிட்டுக் களைத்துப் போய், ஒரு நாள் முழுவதும் பார்த்துச் சாப்பிடாமல் சுமார் 4 மணிக்குக் கடைசியாக மோனாலிசாவைப் பார்க்கப் போகிறேன். அதுவரை நான் மோனாலிசாவைப் பார்த்ததில்லை. நிறையப் படித்திருக்கிறேன். அது எனக்குப் பெரிதாக மனக்கிளர்ச்சியை ஏற்படுத்தவில்லை. ஆனால் ரொம்பப் பேரார்வம், passion.

மிகச்சிறந்த ஓவியங்களையெல்லாம் பார்த்துவிட்டு, என்னைப் பொருத்தவரை இது டாவின்ஸியின் தரத்திற்குத் தாழ்ந்த ஓவியம்தான். இருந்தாலும் பார்க்கலாமேயென்று போகிறேன். லூவரே போக வேண்டாம் என்றுதான் நினைத்தேன். பிக்காசோ பார்த்து விட்டேன், மோனே பார்த்துவிட்டேன், வான்கோ பார்த்து விட்டேன். எனக்கு எதுவுமே பார்க்கப் பிடிக்கவில்லை. ஏனென்றால் நான் அவ்வளவு மயக்கத்தில் இருந்தேன். 14 நாட்கள் அங்கேயிருந்துவிட்டு லூவரைப் பார்க்காமல் வந்துவிட்டால் அசிங்கம் என்று நினைத்துத்தான் போனேன். ஏழு மணி நேரமாக அங்கிருந்துவிட்டுக் கடைசியாக மோனாலிசாவுக்காக ஒரு பெரிய ஹால். கிட்டத்தட்ட ஒரு அரை கி.மீ. தூரம் நடந்து போகிறேன். பயந்துகொண்டே செல்கிறேன். மோனாலிசா எப்படியிருக்கும்? ஒரு வேளை அழகாக இருக்குமோ என்று அங்கே போனால் ஒரு ஆயிரம் பேர் மோனாலிசாவுக்கு முன்னால் நிற்கிறார்கள். ஆட்கள் நிற்பதற்கும் அந்த ஓவியத்துக்கும் இடையில் 15 அடி வேலி போட்டிருக்கிறார்கள். அங்கே நான்கைந்து

பாதுகாவலர்கள் இருக்கிறார்கள். அந்த ஆயிரம் பேரும் மோனாலிசாவின் முகத்துக்கு முன்னால் தங்கள் முகத்தை வைத்துக்கொண்டு selfie எடுத்துக்கொண்டிருக்கிறார்கள். நான் மிகவும் சோகமாகிவிட்டேன். எனக்கு மொத்த உலகமும் புரிந்துவிட்டது. யாருமே 2 நிமிடம் நின்று மோனாலிசாவை உற்றுப்பார்க்கவில்லை. நான் ரொம்பக் கவலையடைந்தேன்.

ஃபிளைட்டில் வரும்போது யோசித்தேன். ஏன் இந்த selfie உலகம் முழுவதும் பரவியிருக்கிறது? பெரிய பெரிய டைரக்டர்களெல்லாம் தங்களோட படத்தை selfie என்றே சொல்கிறார்கள். அப்படிச் சொல்லும்போது நான் selfie-ஐ உற்றுப்பார்க்கிறேன். ஒரு காலத்தில் செல்போன்ல கேமரா வந்தவுடனே யாராவது பிரபலங்கள் அதில் போட்டோ எடுத்துக்கொள்ள அனுமதிக்கிறார்கள். அப்பொழுது என்ன பண்ணினார்கள்? யாராவது ஒருவரிடம் தங்களது செல்லைக் கொடுத்து அவர்களுடன் என்னை ஒரு போட்டோ பிடித்துக்கொடுங்கள் என்று சொல்கிறார்கள். இவன் அந்த பிரபலம் பக்கத்தில் நிற்கும்போது அந்தப் பிரபலத்துக்குக் கீழேதான் நான் என உணர்கிறான். நான் இவர்கூட நிற்கும்போது எனக்குப் பெருமையென்று புரிந்துகொள்கிறான்.

selfie-ல் என்னவென்றால் இவனே போட்டோ எடுத்து வைக்கும்போது selfie-ல் இவனது லென்ஸ் கிட்டத்தட்ட most widest lens. உண்மையில் அது 24 லென்ஸ் அல்லது 18 லென்ஸ் உடைய ரேஞ்ச். அப்படி வைத்து selfie எடுக்கும்போது அதில் இவன்தான் முதலில் இருக்கிறான். பிரபலம் பின்னாடிப் போய்விடுகிறார். Selfie-ஐ எப்போதுமே மேலே வைத்துத்தான் எடுக்கமுடியும். It is a top angle. அப்போது என்ன ஆகிறதென்றால் 2 பேருமே கீழே போய் விடுகிறார்கள். Selfie-ல் இருக்கிற எல்லா பிரபலமுமே கீழேதான் இருப்பார்கள். இவன் மட்டும் மேலே இருப்பான். இவன் முகம் மட்டும் மலர்ந்து இருக்கும். ஒரு பெரிய பெருமை இருக்கும். அது ஒரு லென்ஸுக்குள் நடக்கும் ரசாயனப் பரிமாற்றம். இது ஒரு உளவியல்

சார்ந்த விஷயம். அவன் மேலேயிருந்து எடுக்கும்போது, என் பக்கத்தில் அந்தப் பிரபலம் நிற்பதாக ஒரு எண்ணம் வரும். இங்கே வந்து, அந்த நான்தான் என்று அவனது self- பெரிதாகிறது. Selfie-தான் self-ஐ பெரிதாக்குகிறது. பூதாகரப்படுத்துகிறது. அதனால்தான் selfie உலகம் முழுவதும் பரவியிருக்கிறது. யோசித்துப் பார்த்தால் ஒரு லென்ஸ் மனிதர்களைக் கையாளுகிறது. Manipulate செய்கிறது. Selfie என்பது ஓர் உளவியல் சிக்கல்தான். என்னை யாராவது selfie எடுத்தார்களென்றால் எனக்கு வெட்கமாகவும் காறித்

துப்புகிற மாதிரி கோபமும்தான் வரும். தயவுசெய்து selfie எடுக்காதீர்கள். என் பக்கத்தில் தோளைத் தொட்டு நின்றுகொண்டு எடுங்களென்று சொல்வேன்.

இப்போது இணையத்தில் சினிமாவைப் பற்றி நிறைய விமர்சனம் செய்கிறார்கள். படத்தைப் பார்த்துக் கொண்டிருக்கும்போதே முதல் காட்சி நடைபெற்றுக் கொண்டிருக்கும்போதே விமர்சனம் வந்துவிடுகிறது. எனக்குப் பயமாக இருக்கிறது. நான் பார்க்காத பார்வையில் எல்லாம் எனது படம் பார்க்கப்படுகிறது. எனக்கு ரொம்பப் பரிதாபமாக இருக்கிறது. 20 வருடங்களாக நான் சினிமாவில் இருக்கிறேன். இன்னும் 20 வருடங்கள் கடந்த பின்னர்தான் நான் சினிமாவை முழுவதுமாக கற்றுக்கொள்ளுவேனென நினைக்கிறேன். இன்னும் ஒரு 50 வருடம் ஆன பின்னர்தான் ஒரு குரசோவா மாதிரி, ப்ரசான் மாதிரி அவர்களுக்கு நெருக்கமாக ஒரு படம் எடுக்கமுடியுமென நினைக்கிறேன். இதை சுயமாக நான் என்னைக் குறைத்துக் கொள்வதற்காகச் சொல்லவில்லை. இதுதான் உண்மை.

ஆனால் ஒரு சினிமா, அதுவும் இந்தப் பாழ்பட்டுப்போன இந்திய சினிமாவைப் பார்த்துவிட்டு, ஒரு கேவலமான ஹீரோ ஓரியண்டட் படங்களைப் பார்த்துவிட்டு, ஒரு இலக்கியமே இல்லாத சினிமாவைப் பார்த்துவிட்டு அவனுக்குத் தெரிந்த வார்த்தைகளை

வைத்துக்கொண்டு ஒரு பெரிய விசாரணையை அவன் நடத்துகிறான். இது ஒரு பரிதாபகரமான நிலை. வெகுஜன மக்கள் அனைவருக்கும் இலக்கியம் போய்ச்சேர வேண்டும். அது மிகவும் முக்கியம். ஆனால் அதற்கு ஒரு பெரிய உழைப்பு தேவை. ஓர் இலக்கியம் படைப்பதற்கும் பெரிய உழைப்பு தேவை. அனைத்து மனிதனுக்கும் வலி இருக்கிறது. அனைத்து மனிதனுக்கும் பசி இருக்கிறது. அனைத்து மனிதனுக்கும் காமம் இருக்கிறது.

ஆனால் ஒரு இலக்கியவாதிக்கு அந்த மூன்றுமே வேறு ஒரு தளத்தில் இருக்கிறது. ஏனென்றால் கிட்டத்தட்ட ஒரு 20 வருடங்கள் அவன் தன்னோட வாழ்க்கையை எரித்துப்போட்டுவிட்டுத் தன்னோட உடலையும் மனதையும் எரித்துப்போட்டுவிட்டு அந்த விளக்கொளியில் அவன் இந்த உலகத்தைப் பார்க்கிறான். அதனால் ஓர் இலக்கியவாதிக்கும் ஒரு சாமானியனுக்கும் பெரிய வித்தியாசம் இருக்கிறது. அது எல்லாக் கட்டத்திலேயும் தொன்றுதொட்டு வந்துகொண்டே இருக்கிறது. இந்த இணையத்திலிருந்து ஏதோ தெரிந்துகொண்டவர்கள்தான் அதிலிருந்து தப்பித்து வெளியில் வருகிறார்கள். மாட்டியவர்களெல்லாம் அந்த சிலந்தி வலை முன்னால் இறந்துதான் போகிறார்கள். இறந்து மட்டும் போகவில்லை. அப்படிப் போகும்போது சிறிது சிறிதாக உண்மையான இலக்கியத்தை, அதாவது நாங்கள் கஷ்டப்பட்டு சினிமா செய்ததையெல்லாம் விமர்சனம் என்கிற பெயரில் கொலை செய்துவிட்டுத்தான் போகிறான். So, net is the most poisionous thing. ஆனால், இதை நாம் தடுக்கவே முடியாது. வெறுமனே பேசிக்கொண்டிருக்கலாம். இதை விடவும் மோசமான கொலைகள் இணையத்தில் நடக்கப் போகிறது.

சிஹாபுதின்:

நான் இதனுடன் தொடர்புடைய ஒன்றைப் பற்றிச் சொல்கிறேன். தாஜ்மஹால் பார்க்கச் சென்றபோது, ஒரு பையன் தன்னுடைய

பாக்கெட்டில் இருந்து ஒரு தாஜ்மஹாலின் போட்டோவை எடுத்து, எதிரிலிருக்கும் நிஜ தாஜ்மஹாலுடன் அதை ஒப்பிட்டுப் பார்க்கிறான். தாஜ்மஹால் ஒரு கட்டிடம் மட்டுமில்லையே. அது பல உணர்வுகளின் சங்கமம் அல்லவா? இங்கேயிருக்கும் பதிப்புத்துறை சார்ந்த விஷயங்கள், ராயல்டி பற்றி நீங்கள் சொல்லுங்களேன் ஷைலஜா?..

ஷைலஜா:

தமிழில் பதிப்புத்துறை வியாபாரம், தொழில் என்ற வகையில் இன்னும் வளரவில்லை. தனிப்பட்ட முறையில் பதிப்பாளருக்கும் எழுத்தாளருக்குமான நட்புரீதியாகத்தான் இருக்கிறது. எனினும் தமிழிலும் சில பதிப்பகங்கள் எழுத்தாளர்களுக்கு மிகச்சரியாக ராயல்டி கொடுக்கிறார்கள். குறிப்பாகக் காலச்சுவடு பதிப்பகம். மேலும் சிலர் இருக்கலாம். வம்சி புக்ஸ், இந்த வருடம் பதிப்பித்த புத்தகங்களுக்கு ராயல்டி கொடுக்க முடியாமல் கூடப் போகலாம். ஆனால் நான் இதுவரை கொடுத்தே வந்திருக்கிறேன். இது வரை தவறியதில்லை. ராயல்டி கொடுப்பதை எழுத்தாளர்களுக்குச் செய்யும் மரியாதையாகவே நான் பார்க்கிறேன். அவர்கள் இல்லையென்றால் பதிப்பகமே இல்லை. அவர்களுக்குக் கொடுக்கும் சிறந்த மரியாதை, இல்லையில்லை, மிகக் குறைந்த மரியாதையாகவே நான் நினைக்கிறேன். ஆனால் கொடுக்கமுடியாமல் போவதற்கான காரணங்களும் இருக்கிறது. சக்கரியாவின் கதைகளை ஜெயஸ்ரீ மொழிபெயர்த்து நான் பதிப்பிக்கும்போது, எனக்குக் குடும்ப நண்பர்தான் சக்கரியா என்றாலும் கூட, அந்த ராயல்டி பற்றிப் பேசுங்கள் என்று சொன்னார். அப்படிப் பேசும்போது சரி என்றேன். ஆனால் எனக்கு அது புதியதாக இருந்தது.

எங்கள் வீட்டில் அனைவரும் படைப்பு சார்ந்து இயங்குவதால் இந்த மாதிரி வியாபாரம், ஒப்பந்தம் என்றெல்லாம் போனதேயில்லை. ஆனால் சக்கரியா எனக்கு ஒரு ஒப்பந்தப்படிவம் அனுப்பினார். அது

கேரள வழக்கம். நான் அந்தப் படிவத்தில் கையெழுத்திட்டு அனுப்பி வைத்தேன். தொடர்ந்து ராயல்டி கொடுத்துக் கொண்டுதான் இருக்கிறேன். அதே போன்று பவாவின் கதைகள், மலையாளத்திற்குச் சென்றபோது Raseberry-ல் இருந்து ஒப்பந்தப்படிவம் வந்தது. இதையெல்லாம் பார்த்தால் எனக்கு ஆச்சரியமாக இருக்கிறது. தமிழ்ப் பதிப்புத்துறைக்கும் மலையாளப் பதிப்புத்துறைக்கும் இயல்பிலேயே ஒரு வித்தியாசம் இருக்கிறது. மனோஜ் குரூரின் 'நிலம்பூத்து மலர்ந்த நாள்' என்கிற மலையாளப் புத்தகம் இந்த ஜூன் மாதம்தான் வந்திருக்கிறது. ஆகஸ்டுக்குள் 1000 பிரதிகளும் விற்கப்பட்டு இரண்டாவது பதிப்பு வந்துவிட்டது. 13 வருடமாகப் பதிப்பகம் நடத்திக்கொண்டிருக்கும் அனுபவத்தில் சொல்கிறேன். தமிழில் ஒரு புத்தகம் 500 பிரதிகள் பதிப்பித்தால் விற்றுத்

தீர்வதற்குக் குறைந்தபட்சம் 3 முதல் 5 வருடங்கள் ஆகும். பிரபலமானவர்களின் புத்தகங்களுக்கும் இதே நிலைதான். நான் மம்முட்டியின் 'காழ்ச்சப்பாடுகள்' என்ற புத்தகத்தை மொழிபெயர்த்து, - 'மூன்றாம்பிறை'- பதிப்பித்தேன். மம்முட்டி ஒரு வருடம் சென்ற பின்னர் என்னிடம், 'என்ன ஷைலஜா, கார் வாங்கிட்டியா?' என்று கேட்டார். மலையாளத்தைப் போன்ற வாசகர்களோ விற்பனையோ இங்கில்லை. இங்கே நான் ஒரு விஷயத்தைப் பதிவு செய்ய விரும்புகிறேன். தமிழ்நாட்டில் கடந்த 5 வருடமாகப் பொது நூலகத் துறையிலிருந்து நூலகங்களுக்குப் புத்தகங்கள் வாங்குவதேயில்லை.

சிஹாபுதின்:

அதற்கு முன்னால் வாங்கினார்களா?

ஷைலஜா:

ஆம். ஆனால் கடந்த ஐந்து வருடங்களாக வாங்குவதில்லை. இதற்கு எந்த ஆட்சியையும் குறை சொல்லமுடியாத அளவுக்குத்

தமிழ்ச்சூழலில் புத்தகம் வாங்கப்படுவதேயில்லை. பல்வேறு குறுக்குவழிகளில்தான் நூலகங்களுக்குப் புத்தகங்கள் வருகிறதே தவிர, நேர்மையான, சிறந்த தேர்வுக்குழுவினரால் தேர்ந்தெடுக்கப்பட்டு சிறந்த புத்தகங்கள் பொது நூலகத்திற்கு வருவதேயில்லை. அப்போது ஓர் இளம் வாசகன், நூலகத்தில் ஒரு புதிய புத்தகத்தைத் தேடினால் அது அவனுக்குக் கிடைப்பதற்கான வாய்ப்பேயில்லை. 5 வருடங்களுக்கு முன்னர் வந்த புத்தகங்கள், அரசுடைமையாக்கப்பட்ட புத்தகங்கள், வருடத்திற்கு 1000 பிரதிகள் வாங்கலாம் என்பதால் பல்வேறு பதிப்பகங்களிலிருந்து ஒரே புத்தகத்தின் 1,50,000 புத்தகப்பிரதிகள் ஒரே நேரத்தில் வாங்கப்பட்டு பராமரிக்கப்படாமல் ஒரு குப்பைத்தொட்டி போல நூலகங்கள் காணப்படுகின்றன. ஓர் இளம் வாசகனால் நூலகத்தில் தற்போது நவீன இலக்கியத்தில் என்ன புத்தகம் வந்திருக்கிறதென்று பார்க்கவே முடியாது. இது இங்கிருக்கும் சிக்கல்களுள் ஒன்று.

பவா:

இது விரிவாகப் பதிவு செய்யப்படவேண்டிய விஷயம். இந்த 5 வருடத்தில் வம்சி புக்ஸிலிருந்து வந்த சுமார் 10 புத்தகங்களையாவது அரசாங்கம் சிறந்த புத்தகங்கள் என்று தேர்வு செய்து அவார்டு வழங்கியிருக்கிறது. ஆனால், அத்தகைய ஒரு புத்தகத்துக்குக்கூட நூலக ஆணை வரவில்லை. இதே அரசு தேர்ந்தெடுத்த சிறந்த புத்தகங்களில் ஒன்றைக்கூட தேர்ந்தெடுத்த அரசு தனது பொறுப்பில் இருக்கும் நூலகங்களுக்கு வாங்குவதில்லை. ஏன் இந்த முரண்பாடு? இதற்கு என்ன காரணமென்றால் நூலகத்திற்குப் புத்தகங்கள் வாங்க நூலக ஆணை பிறப்பிப்பதற்கு முன்னரே, அரசியல் செல்வாக்கு, இன்ன பிறவற்றிற்கு உட்பட்டு வேறு ஒரு குழு மூன்றாம்தர நூல்களைத் தேர்வு செய்கிறது. இங்கு சிறிது விரிவாகப் பேச வேண்டும். கல்கியின் 'பொன்னியின் செல்வன்' நாட்டுடமை ஆக்கப்பட்ட நூல் என்பதால் பல்வேறு பதிப்பகங்களும் அதைப் பதிப்பித்து, அமைச்சர்களுக்கும்

அதிகாரிகளுக்கும் லஞ்சம் கொடுத்து ஒரே புத்தகத்தை 1,50,000 பிரதிகள் வாங்கி நூலகத்திற்குள் பூட்டி வைத்திருக்கிறார்கள். ஜெயமோகனின் 'அறம்' எங்களால் 'வம்சி புக்ஸ்' பதிப்பிக்கப்பட்டு அனைவராலும் சிறந்த புத்தகங்களில் ஒன்றாகத் தேர்வு செய்யப்பட்டது. ஆனால் அந்தப் புத்தகம் நூலகத்திற்கு வாங்கப்படவில்லை. நாங்கள் 25% லஞ்சம் கொடுக்கத் தயாராக இருந்தால் அது வாங்கப்பட்டிருக்கும். ஒரு பாஸிஸ்ட் அரசுகூட இவ்வாறு செய்யாது. இதற்கு நூலகங்களை இழுத்து மூடி விடலாம்.

ஷைலஜா:

இது திட்டமிட்டு நடத்தப்படுவது. இது ஒன்றும் சாதாரணமாக நடப்பதாக நான் நினைக்கவில்லை. முதலில் தமிழ்நாட்டு மக்களின் அறிவை முடக்கும் முயற்சி என்றே நினைக்கிறேன். ஓர் அரசுதான் இப்படிப் பண்ணமுடியும். ஆனால் இதற்கு மறுபக்கமாக எந்த அளவுக்கு அடக்கிவைக்கப்படுகிறதோ அந்த அளவுக்கு அது வீரியமாக வெளிவருமில்லலையா? அதைப்போன்று நிச்சயமாக இந்த நிலைமை மாறுமென்றே நான் நம்புகிறேன். ஒரு 100 ரூபாயை எடுத்துக்கொண்டு வந்து என்னிடம் புத்தகம் வாங்க வரும் ஒரு வாசகனை நான் பெரிதாக மதிக்கிறேன். அவனைத்தான் பீறிட்டு வரும் இளம் வாசகனாக நினைக்கிறேன்.

பவா:

15 நாட்களுக்கு முன்னதாக ஷைலஜாவுக்கு ஒரு ஃபோன் கால் வந்தது. NISSAN கார் கம்பெனியின் HR நவீன் என்பவர் பேசினார். நீங்கள்தானே அறம் புத்தகம் பதிப்பித்தது. ஒரு 40 பிரதிகள் உடனே வேண்டுமென கேட்கிறார். ஏன்? எதற்கு? என விசாரித்தபின்னர் என்னிடம் 40 CEO`s இருக்கிறார்கள், 10,000 பேர் வேலை செய்கிறார்கள். இந்த 40 CEO`sக்கும் அறம் புத்தகத்தைக் கொடுத்து அவர்கள் படித்தபின்னர் ஒரு meet வைத்து அவர்களைப் பேச வைக்க

இருக்கிறோம். அவர்கள் அந்தப் புத்தகத்தைப் பற்றி நல்ல அபிப்பிராயங்கள் சொன்னால் 10,000 பேருக்கும் அந்தப் புத்தகத்தை வாங்கித்தர இருக்கிறோம் என்று கூறினார். இந்த மாதிரியான விஷயங்கள்தான் நம்பிக்கையளிக்கின்றன. இப்படித் தமிழ்நாட்டில் இதுவரை நடக்கவில்லை. அதுவும் வெளிநாட்டு கார் தயாரிப்பு நிறுவனம். அவர்களிடம் பேசி முதலில் ஒரு கூட்டம் நடத்தலாம்.

சந்திரிகா மலையாள வாரஇதழ்

தவறவிட்டவை

'பலவிதமான வீடுகள்' நவீன மலையாளச் சிறுகதைகளைப் பற்றி ஒரு பதிவு

சென்னைப் புத்தகக் கண்காட்சியில் 'வம்சி'யில் கொஞ்சநேரம் உட்கார்ந்து, அரங்கினுள் வந்து புத்தகங்களைத் தேர்ந்தெடுக்கும் வாசகர்களையே கவனித்துக் கொண்டிருந்தேன். நான் கவனித்த அந்த அரைமணி நேரமும் இரண்டு மூன்று தலைப்பிலான புத்தகங்களை மட்டுமே மீண்டும், மீண்டும் தேர்ந்தெடுத்து வாங்கினார்கள். ஏதோ ஒரு விளம்பரம் அல்லது மதிப்புரை, அல்லது நண்பர்களின் பரிந்துரை, பிரபல எழுத்தாளனின் எனக்குப் பிடித்தது போன்ற ஒன்று அவர்களின் ஆழ்மனதில் அப்புத்தகத்தின் மீதான தாக்கத்தை ஏற்படுத்தியிருந்ததை உணர முடிந்தது.

அவர்களின் தேர்வுக்கு நிகரான அல்லது அதைவிடச் சிறப்பான புத்தகங்கள் அதே ரேக்குகளில் கவனிப்பின்றியும், தொடுதலின்றியும் கிடந்தது மனதில் சொல்ல முடியாத ஏதோ ஒரு துயரத்தைத் தந்தது. உணர்வு மேலிடலை உள்ளுக்குள் அடக்கிக் கொண்டேன்.

ஒவ்வொரு பதிப்பகங்களிலும் எந்தக் காரணத்தாலோ, யாராலும் கடைசிவரை கவனப்படுத்தப்படாத பத்து இருபது தலைப்பிலான புத்தகங்கள் கடைசி வரை அப்படியே தேங்கிவிடும். ஆனால் சிறந்த படைப்புக்குத் தாமதமாகவேனும் சிறகு முளைத்து விடுகிறது. அது

நேரடியாகத் தன் வாசகனின் மனம் தேடிப் பறந்து போய் அமர்ந்து கொள்கிறது.

எந்தப் பதிப்பகம் யார் முன்னுரை, யார் பரிந்துரை என்றெல்லாம் இன்றுவரை ஞாபகப்படுத்தப்படா இருபது ஆண்டுகளுக்கு முன் என் மனதில் அப்படி ஒரு பெரும் சிறகடிப்போடு வந்து உட்கார்ந்த ஒரு சிறு புத்தகம் பாதசாரியின் 'காசி'. என் நினைவு பிழையின்றி இருப்பது நிஜமெனில் அக்கதை அதற்குமுன் 'புதுயுகம் பிறக்கிறது' இதழில் பிரசுரமாகி இருந்தது.

என்னைப் பல நாட்கள் நிலைகொள்ள முடியாமல் தத்தளிக்க வைத்த படைப்பு அது. ஓடும் பெரும் நதியில் விழுந்த ஒருவன் கரைசேருவதற்கான மரண உந்துதலை ஏதோ ஒரு காட்சியில் கவனிக்கும் போதெல்லாம் மொட்டையடிக்கப்பட்ட 'காசி' என்னை நோக்கி வருவதை இன்றளவும் தவிர்க்க முடியவில்லை. அதற்கு முன் எனக்குக் காசியை யாரும் அறிமுகப்படுத்தியிருக்கவில்லை. முகநூலிலோ, வலைப்பதிவிலோ, அதன் அட்டைப் படத்தையோ, அதன் அவசியத்தின், திணித்தலையோ நான் பார்த்ததில்லை. எதுவுமே இல்லாமல் ஒரு வழிபோக்கன் மாதிரி காசி என் வீட்டுத் திண்ணையில் வந்து அமர்ந்து கொண்டான்.

அவன் அனுபவத்தை நான் வாசிக்கையில் நான் இழந்துபோனக் காதலை நினைவுகளால் மீட்டெடுக்க முடிந்தது. படித்து முடித்து நான் வேலை தேடி அலைந்ததெல்லாம் ஒன்றுமேயில்லையென அவன் அலைவுறல் எனக்குச் சொன்னது. என் வலியை அவன் தோள்களுக்கு நான் இறக்கி வைத்தேன் அல்லது அவனே தீட்சை பெறுவது மாதிரி பெற்றுக் கொண்டான்.

தன் ஓயாத தேடுதலில் காசி ஒருநாள் திருப்பதியிலிருந்து திரும்பி வருகையில் திருவண்ணாமலைக்கு வருவான். யோகிராம் சூரத்குமாரின் சன்னதி தெரு வீட்டின் உள்பக்கம் தாழிடப்பட்ட இரும்பு கேட்டைச் சத்தமாய்த் தட்டுவான். இல்லை அவன் இயல்பாய்தான்

தட்டுவான். அவனுள் அப்போது ஏறியிருந்த உக்கிரம் அவனை உள்ளிருந்து வன்மமாய் இயக்கும்.

உள்ளேயிருந்து சூரத்குமார் ஒரு கையில் தன் விசிறியோடும் மறு கையில் புகையும் சார்மினாரோடும் வெளியே வருவார்.

''என்ன வேணும்?''

மௌனம். எத்தனை ஆண்டுகளாய் அடைகாத்த மௌனம் அது. எப்போதுமே அது ஒரு சிறந்த மொழி என்பது மாறாததாய் இருக்கிறது.

''நீ கேட்டைத் தட்டிய விதம் சகிக்கக் கூடியதாய் இல்லை. போ''

புத்தகத்தை மூடி வைத்துவிட்டு நான் யோகியைத் தேடிப் போனேன். கனவோடு கொந்தளித்த மனதிற்கு அவர் நீர் ஊற்றக் கூடும்.

மக்கள் நடமாற்றம் பெருகி வழிந்த அந்தப் பரபரப்பில் நான் காசியையே நினைத்துக் கொண்டிருந்தேன். காசி எக்காலத்திலும் யாராலும் முன்னிருத்தப்பட்டதில்லை. ஆனால் என்னைப் போல பல நூற்றுக்கணக்கான வாசகர்களை அவன் உருவமின்றி அரூபமாக அலைக்கழித்துக் கொண்டிருந்தான். இருபது வருடங்கள் கடந்த இன்னும் கூட.

'வம்சி' புத்தக ரேக்குகளில் அடுக்கியிருந்தவைகளில் 'பலவிதமான வீடுகள்' என்ற அத்தொகுப்பை யாராவது ஒரு வாசகர் தொட்டுவிடக்கூடும் என்ற என் எதிர்பார்ப்பு நான் அங்கிருந்த வரை கை கூடவில்லை. அது ஒரு இளம் பெண்ணின் காதல் ததும்பி வெட்கப்பட்டு உள்ளடங்கும் மெல்லிய குரல்.

அன்றைய கண்காட்சியின் நிறைவில் நான் மீண்டும் 'பலவிதமான வீடுகளை' என் அறைக்கு எடுத்து வந்தேன். என் ஸ்பரிசத்தில் அது தன் முனகலை நிறுத்தியிருந்தது. அதன் வேண்டுதல் ஏதோ ஒரு மனிதனுக்குப் புரிந்ததின் நிம்மதி.

அன்றைய பின்னிரவில் அப்புத்தகத்தை மூன்றாவது முறையாகத் திறக்கிறேன். இன்றளவும் என்னை ஆகர்ஷிக்கும் பஷீரின் 'டைகர்' கதையோடு அத்தொகுப்புத் துவங்குகிறது. பஷீர்தான் தன் முதுமையேறிய அந்த மாமரத்தடியில் உட்கார்ந்து எத்தனை அழகாக கதை சொல்கிறார்! ஒரு மாமாங்கத்திற்கான கதையைச் சொல்ல அவருக்கு அந்த ஈசிசேரின் சாய்மானம் மட்டும் போதுமானதாய் இருந்திருக்கிறது.

மனிதனின் குரூரங்கள், வாழ்வின் அலைக்கழிப்புகள், பசியில் அலைவுறும் பெருநாக்குகள் எல்லாவற்றையும் அந்த வாப்பா நமக்குச் சொல்ல எந்தப் பிரத்யேக மெனக்கெடலும் இல்லை. பல ஆண்டுகளாய் இந்தியாவைத் தாண்டியும் அலைவுற்ற அந்த உரமேறிய கால்கள் வழி அவர் தனக்குள் சேமித்துக் கொண்ட அனுபவம் போதும் பஷீர் நமக்குக் கதை சொல்ல.

அந்த இரவில் 'டைகரை'த் தாண்டி என்னால் போகமுடியவில்லை.

அப்படியே ஓ.வி. விஜயன், எம்.டி.வி. முகுந்தன் என ஒவ்வொருவர் முன்னும், ஒரு பிச்சைக்காரனைப் போல நிற்கிறேன். காத்திருந்தது போல அவர்களின் முழுக் கதவும் எனக்காகத் திறந்து கொள்கின்றன. என் பாத்திரம் நிரம்பி வழிகிறது. என் தாகம் தணிய அவர்கள் எனக்காகத் தூய சுனை நீரைப் பருகத் தருகிறார்கள்.

ஆனாலும் எந்த மனிதன் இதுவரை இதிலெல்லாம் திருப்தியடைந்து அமைதியடைந்திருக்கிறான்? அது ஒரு தற்காலிகம். மீண்டும் துடித்தெழுவதற்கான ஆயத்தம். நான் எனக்குள் விழித்திருக்கிறேன்.

அசோகன் செருவில் நவீன மலையாள இலக்கியத்தில் இவரளவிற்கு மனிதர்களின் அந்தரத்திற்குள் நுழைத்தவர்களென சிலரையே சொல்ல முடியும்.

இத்தொகுப்பின் தலைப்பே இவருடைய. சிறுகதையிலிருந்துதான் எடுக்கப்பட்டிருக்கிறது.

அசாதாரணங்கள் எப்போதும் சாதாரணத்திலிருந்தே ஆரம்பிக்கின்றன.

நாம் அதுவரை அடைகாத்த பல விழுமியங்களைப் பலி வாங்கிக் கொண்டு மத்தியதர வாழ்க்கை ஒரு கௌரவத்தை நமக்குப் பிச்சை போடுகிறது. அதன் பொருட்டு அது நம்மிடம் மிச்ச மீதியாகியிருக்கும் எல்லாவற்றையும் உறிஞ்சி எடுத்துக் கொள்கிறது. நம் நுகர்வுப் பசியை அடக்க அது எந்த விதத்திலாவது நம்மைத் திருடனாய், லஞ்சம் வாங்குபவனாய், சக மனிதனை ஏமாற்றுபவனாய், மனிதத் துயரங்களை முகம் திருப்பி பார்க்கக்கூடாதவனாய் மாற்றுகிறது.

அசோகன் செருவில்லின் ஜோசப்பும் இப்படி மாட்டிக் கொண்டவன்தான். ஆனால், அவன் தன்னிடமுள்ள எதையும் இழந்துவிடாமல், மத்தியதர வர்க்கத்தின் மிகப் பெரிய கனவான புதுவீடு கட்டத்துணிகிறான். அது அவனைத் தன் இழுப்புக்கெல்லாம் இழுத்து முடித்து வெறும் சக்கையாக்கித் துப்புகிறது.

புது வீட்டில் அத்திருச்சபையின் பாதிரியார் வந்து ஜெபித்து வைத்து அவர்கள் வாழ்வைத் துவக்கி வைக்கிறார். களைப்பில் அவன் வெறும் தரையிலேயே படுத்து தூங்கிப் போகிறான். அடுத்த நாள் காலையிலேயும் பாதிரியாரின் குரல் மீண்டும் கேட்கிறது. தூக்கக் கலக்கத்தில் தெளிவின்றி அவர் கேட்ட குரல் விழிப்பு வந்ததும் துல்லியமாகிறது.

அவர் அவன் மனைவி ரெஜினாவிடம் சொல்கிறார். திருச்சபையின் இன்றைய பெரும் நெருக்கடியே கல்லறையில் நமக்கான முன்பதிவு செய்வதுதான். நீங்கள் இருவரும் எனக்கு மிக வேண்டியவர்கள் என்பதால்தான் இத்தனை அக்கறையோடு உங்களிடம் சொல்கிறேன். ஒரு கல்லறையின் இடத்திற்கு முப்பதாயிரம். உங்கள் இருவருக்கும் சேர்ந்து அறுபதாயிரம். உங்கள் இரு குழந்தைகளுக்கும் சேர்த்து முன்பதிவு செய்தால் ஒரு சலுகை உண்டு. இருவருக்கும் சேர்ந்தே

இருபதாயிரம் பாதருக்காகக் காஃபி போட்டுக்கொண்டிருந்த ரெஜினா சமையலறையிலிருந்து பெருங்குரலெடுத்துக் கத்துகிறாள்.

"போதும் பாதர்" அவர்களுக்கெல்லாம் மட்டுந்தான். எதுவும் வேண்டாம். அத்தகைய ஒரு துயரமும் பதட்டமும் நிரம்பிய குரலை அவர் அதற்குமுன் தன் ஜீவிதத்தில் கேட்டதேயில்லை. அவர் வேரறுந்துவிழும் மரம் போலச் சாய்கிறார்.

வாழ்வின் யதார்த்தம் என்பது முற்றிலும் வேறாய் இருக்கிறது. நாம் நமக்கான வீடுகளை விதவிதமாய்க் கட்டிக்கொண்டேயிருக்கிறோம். டைல்ஸ் பதித்து, வர்ணம் பூசி, கதவுகளைத் தேக்கில் இழைத்து அதை உருவாக்குகிறோம்.

அதே தருணத்தில் நமக்கான இன்னொரு வசிப்பிடமும் வெறும் மண் தரையில் ஆறடியில் நமக்காக உருவாகிக் கொண்டேயிருக்கிறது.

நம் பதட்டமும், கண்ணீரும் அதற்கு ஒரு பொருட்டேயில்லை. குழந்தைமையோ, வயோதிகமோ, கணவனோ, பிரியமான மனைவியோ, எதுவும் அதன் கணக்கில் ஒன்றுதான்.

ரெஜினாவால் தன் குழந்தைகளுக்காக அப்படி முன்பதிவு செய்யப்படும் கல்லறையை எதிர்கொள்ள முடியவில்லை. உலகில் எந்த அம்மாவால்தான் அதைத் தாங்கிக்கொள்ள முடியும்?

இவைகள் எதுவுமின்றி மாடிப்படியில் விளையாடிக் கொண்டிருக்கும் எப்போதுமில்லாமல் ஒரு மகன் கைப்படியில் சறுக்கிக் கொண்டு கீழிறங்குகையில் ஜோசப் பதறிப்போய்க் கத்துகிறார்.

"ஜாக்கிரதை"

எப்போதாவது திருச்சூரில் அசோகன் செருவில்லைப் பார்க்க வாய்த்தால் முதல் வார்த்தையை எங்கிருந்து ஆரம்பிப்பது?

"ஜோசப்பின் குழந்தைங்க இப்ப எப்படி இருக்காங்க சார்?"

சன்டி.வி. ரமேஷ்

கொண்டாட்டங்களைத் தொலைத்தத் தமிழ்நாட்டுக் கிராமங்கள்

கடந்த வாரத்தில், ஒரு சோம்பலான பகல் பொழுதில் அலுவலகத்திலிருந்து விடுபட்டு, என் பைக்கை எடுத்துக் கொண்டு மனம்போன போக்கில் போனேன். திருவண்ணாமலையின் பின்புறம் கவரக்கொட்டாய் என்ற சின்னஞ்சிறு கிராமத்தைக் கடந்து ஒரு ஆலமரத்தினூடே பிரியும் பாறையை மனம் விரும்பி முந்தியது.

ஒரு மாதத்திற்கு முன் தமிழகத்தின் மிக முக்கியமான ஒரு எழுத்தாளருடனான உரையாடலில், 'இந்தியக் கிராமங்கள் இதுவரை சுத்தப்படுத்தப்படவே இல்லை' என்று சொன்ன சொல்லின் அர்த்தத்தை முழுவதும் உள்வாங்க முடியாமல் அவரைப் பார்த்தபோது, சுத்தமாக்குகிறோம் என்ற பெயரில் ஓர் இடத்தில் சேர்ந்திருக்கிற குப்பையை அள்ளி இன்னொரு இடத்தில் மாற்றிக் கொட்டியிருக்கிறோம், அவ்வளவுதான். இதற்குப் பெயர் சுத்தப்படுத்துதல் இல்லை. இடம் மாற்றுதல் என விரிவாகப் பேசினார். நாம் தினம்தோறும் கவனிப்பதை, கடப்பதை இவர் நினைவுபடுத்தின மாதிரி இருந்தது. ஆனால், கொள்ளிக்கட்டையால் மூளையைச் சுட்டது மாதிரி.

கவரக்கொட்டாயிலிருந்து பிரியும் அச்சாலை, மலையின் பின்பக்கமான யாருக்கும் எந்தத் தொந்தரவுமின்றி நீண்டு கொண்டே போனது. இரு பக்கமும் சாமந்தியும், சில இடங்களில் சம்பங்கியும்,

அபூர்வமாக நெல்லும் நட்டிருந்தார்கள். செடிகள் வதங்கியிருந்தன. வரப்புகளின் முடிவு கிராமத்தின் துவக்கத்திலிருந்தது. வண்டியை ஒரு மரத்தடியில் நிறுத்திவிட்டு அக்கிராமத்தினூடே நடந்தேன். என் கண்ணில் இளைஞர்கள் என்று யாருமே படவில்லை. அநேகமாகத் தெருவில் மனித நடமாட்டமே இல்லை. எங்கோ, சில திண்ணைகளில் வயதானவர்கள் குந்தியிருந்தார்கள். பல இடங்களில் வகை வகையாக பிளாஸ்டிக் குப்பைகள் சிதறிக் கிடந்தன. நசுக்கப்பட்ட, வெட்டப்பட்ட தண்ணீர் பாட்டில்கள் தரையிலும், தேங்கிய நீரிலும் கிடந்தன. மனிதர்கள் இதன் ஓரத்திலேயே வாழப்பழகிக் கொண்டார்கள்; எருமை மாடுகளைப் போல என்ற பாரதியின் உக்கிரமான வரிகள் அந்த மதிய நேரத்தில் நினைவுக்கு வந்தது. இளைஞர்களை முற்றிலும் இழந்த கிராமங்கள்தான் இன்றைய நம் கிராமங்கள். நிரந்தரமாகப் பூட்டிய கதவுகள்தான் நம் கிராமத்து வீடுகள். எல்லா கொண்டாட்டங்களையும் தொலைத்த இரவுகள்தான் நம் கிராமத்து இராத்திரிகள்.

ஓர் ஊராட்சி துவக்கப்பள்ளியில் மூன்று ஆசிரியைகள் பாடம் நடத்திக் கொண்டிருந்தார்கள். அப்பள்ளியின் முன் ஒரு சிறு மலை போல ப்ளாஸ்டிக் குப்பைகள் குவித்து வைக்கப்பட்டிருந்தன. இவை எந்த விதமான விசாரணைகன்றி அப்படியே எரிக்கப்படுகின்றன. கிராமத்து முதியவர்கள் குளிர்காயச் சிரமப்பட்டுச் சுள்ளி பொறுக்கத் தேவையில்லை. இக்குப்பையே போதும். இதெல்லாம் எதனால்? யாரால், எப்போது கட்டுப்படுத்தப்படும்? துடைத்து எறியப்படும்? என்பதெல்லாம் ஒரு நிறைவேறாத கனவு போலச் சாபமாகக் கிராமங்களில் தங்கிவிட்டன.

நூறுநாள் வேலைத்திட்டம் என்கிற திட்டத்துக்குத் தவறாமல் பெயர்கள் பதியப்படுகின்றன. பெயரைப் பதிவதென்பதே ஒரு அசுரத்தனமான முயற்சி. பதிந்து விட்டால் போதும். அப்புறம் நடப்பது எல்லாமும் நாடகங்கள்தான். மாறுவது எல்லாமும் காட்சிகள்தான். கிராமங்களையும், சமூகத்தையும், மக்களையும் நேசிக்கிற ஒரு

ஊராட்சி மன்றத் தலைவரால், ஒரு கிராமத்தின் சுத்தத்தை, மேன்மையைக் கிட்டத்தட்ட எட்டி விடமுடியும். ஆனால், கட்சிகளின் சார்பில் தேர்ந்தெடுக்கப்பட்ட இவர்களுக்கும், இம் மக்களுக்குமான தூரம் அளவிடமுடியாதது. தங்களால் தேர்ந்தெடுக்கப்பட்ட தலைவன், தங்கள் பக்கத்திலேயே இருப்பதாய் நினைக்கும் மனிதர்களை விட்டு, பல மைல்தூரம் இவர்கள் விலகிவிடுகிறார்கள். நிலா வெளிச்சத்தில் சப்பணம்கட்டி உட்கார்ந்து, இக் கிராமத்துக்கான தேவை, செய்ய வேண்டிய பணிகள், வேலைப் பிரிவுகள், எதுவும் இதுவரை பகிரப்படவேயில்லை. அச்சிறு வட்டத்துக்குள் சாதி, அரசியல், பணம் ஆகியவை கண்ணுக்குத் தெரியாத விருந்தினர்களாக அவர்களுக்கு முன்பாகவே வந்து உட்கார்ந்து கொள்கின்றன.

கிராமச் சாலைச் சட்டங்கள் எல்லாம் வெறும் வெற்று சம்பிரதாயமாக மட்டுமே பல இடங்களில் நடத்திக் காண்பிக்கப்படுகின்றன. மாவட்ட ஆட்சித் தலைவர், வருவாய் அலுவலர்கள் தங்கள் வேண்டுகோளைப் படித்துச் செயற்கையாய்த் தரையில் உட்கார்ந்து புகைப்படங்களுக்கு போஸ் தருகிறார்கள். கிராமக் கூட்டங்கள், யாருடைய நிர்ப்பந்தமுமின்றி வரையறுக்கப்பட்ட திட்டமின்றி, நிச்சயிக்கப்பட்ட தேதியின்றி அதுவே நிகழ வேண்டும்.

ஏன், இந்த ஊர் ஆரம்பச் சுகாதார நிலையம் கட்டி முடிக்கப்பட்டு மூன்றாண்டுகளாகப் பூட்டிக்கிடக்கிறது? என்ற குரல் கூட்டத்திலிருந்து எழவேண்டும். எதனால், இவ்வூர் நூல்நிலையம் இதுவரை செயல்படவே இல்லை. கட்டிடத்திற்குள்ளே ஒரு புத்தகம் கூட இல்லை என்ற ஆதங்கத்திற்கு, ஒரு இளைய தலைமுறையின் அறிவுப்பசியை நாம் போக்காமல் ஏமாற்றுகிறோமே என்ற விரக்தி தெரிய வேண்டும்.

பள்ளிக்கூடம், கால்நடை மருந்தகம், ஊராட்சி நிர்வாக அலுவலகம், மக்கள் கணினி மையம், ஆரம்பச் சுகாதார அலுவலகம், இப்படிப் பல பெயர்களில் அங்கங்கே கட்டப்பட்டிருக்கும் கட்டிடங்களும், அதற்குள் இயங்கும் மனிதர்களும் இக் கிராம

மேம்பாட்டுக்காகத்தான் இயக்கப் படுகிறார்களா என்ற கண்காணிப்பு யாரிடம் இருக்கிறது. இருக்க வேண்டிய இளைஞர்கள், சென்னை, பெங்களூர், என அவரவர் பல திசைகளில் பிழைக்கப் போய்விட்டார்கள்.

வண்ணநிலவனின் எஸ்தர் கதையில் வரும் எஸ்தர் சித்தியை, அழைத்துப் போக முடியாது என்பதால், கிராமத்திலேயே கிடக்கட்டும் என்று விட்டுவிடுவது போல, சில முதிய மனிதர்களால் நிறைந்திருக்கிறது இக் கிராமங்கள் சுற்றங்களை இழந்து.

தேர்ந்தெடுக்கப்பட்ட தலைவர்களும், ஒன்றிய கவுன்சிலர்களும் அரசின் இப்பெரிய வலைக்குள் உடனே ஐக்கியமாகி விடுகிறார்கள். ஒரு மாதிரியான வரவுக்கு அவர்கள் பழகிக் கொள்கிறார்கள். அதிகாரிகளுடனான அவர்களின் உறவு பணம் பறிப்பதும், டாஸ்மாக்கில் குடிப்பதுமாக அர்த்தப்படுகிறது.

இக் கிராமத்தில், எத்தனை வீடு, ஒரே வீட்டுக்குள் எத்தனை மனிதர்கள், பிழைப்புத் தேடி ஓடிய கால்கள் எத்தனை? தாக்குப் பிடிக்கும் முதிய மனம் எத்தனை? அவர்களைத் தக்க வைக்கத் தங்களிடமுள்ள யோசனை, கருத்துப் பகிர்தல்கள் என்ன என்ற கணக்காவது நம்மிடம் உள்ளதா?

ஏரிகளிலிருந்து சாக்கடையைத் திருப்பிவிட அனுமதிக்கவும், அருகாமை ஆற்றிலிருந்து ட்யூப் லைட் கட்டி மணல் கொள்ளைக்குச் சிறு ஆறுகளிலிருந்து நடைக்கு இவ்வளவு என கணக்குப் போட்டுப் பெற்றுக்கொண்டோம். குளத்தைத் தூர்ந்து குடிசை போட இவ்வளவு என ரேட் பேசினோம். எல்லாவற்றையும் இழந்து போய், வெறும் மண் மேடாகிக் கொண்டிருக்கும் கிராமங்களாக விட்டுவைத்திருக்கிறோம். மனிதர்கள் கட்டற்ற சுதந்திரம் உள்ளவர்களாகக் கருதிக்கொண்டு, நூறு வருடமாகப் பாறையைக் காவல் காத்த ஒரு வேப்ப மரத்தைப் பத்தே நிமிடத்தில் வீழ்த்திக் காண்பிக்கிறார்கள். அது தங்கள் பட்டா நிலத்தில் விளைந்த சொத்து என வியாக்கியானம் வேறு பேசுகிறார்கள்.

எப்போதுமே சில ஐ.ஏ.எஸ்., மூளைகளிடமிருந்து தினம், தினம் என்னென்ன திட்டங்கள் உருவாகின்றன என்பதை நுட்பமாகக் கவனித்தால் நாம் அதிர்ந்து போகக்கூடும். ஒவ்வொரு கிராமத்திற்கும் ஓர் உடற்பயிற்சிக் கூடம் என்ற பெயரில், பத்து இலட்சத்துக்கும் மேற்பட்ட மதிப்புள்ள கருவிகள் வாங்கப்பட்டு சுடுகாட்டுக்குப் பக்கத்தில், யாருமே போக முடியாத அத்துவானக் காடுகளில் போடப்பட்டுள்ளன. அவைகளை அள்ளி எடுத்து வந்து ஊருக்குப் பொதுவான இடத்தில்கொட்டி, இது எவன் அப்பன் வீட்டு பணம்? இப்படிச் சுடுகாட்டுக்குப் பக்கத்துல கொட்டியது ஏன் என்ற ரௌத்திரம் மிக்கக் குரல் ஏன் கிராமங்களிலிருந்து எழவில்லை.

எழுகின்ற குரலும், பாடலும் தேசத் துரோகமாகக் கருதப்பட்டுச் சிறைச் சாலைக்கு அனுப்பப்படுகிற அவலத்திற்கு நாம் ஏன் ஒன்று சேர முடியவில்லை. குழுவாக, சாதியாக, அரசியலாகத் தனித்தனியே பிரிக்கப்பட்டுள்ளோம். ஒரே ஒரு கிராமம் இத்தனை விரிவுகளை அன்றைய மதிய வெயிலினூடே தந்தது. அன்று சாயங்காலம் வரை என்கிராமங்களினூடே சுற்றித் திரிய வேண்டும் என்ற நீண்ட என் கனவு பொசுங்கிப் போனது.

நாம் நம் கிராமங்களை அதன் குறுக்கு வெட்டுத் தோற்றங்களை ஊடுறுவிப் பார்க்க வேண்டியுள்ளது. அதன் ஈர மண்ணை உலரவிடாமல் பாதுகாத்துக் கொள்ளவும், மரமும், பூவும் பிஞ்சுமாய் வளர்த்தெடுக்க வேண்டியுள்ளது.

நம்மிடமிருந்து ரொம்ப தூரம் விலகிப்போய் பெங்களூரில், சென்னையில், மும்பையில் கக்கூஸ் போக வரிசைக்கட்டி நிற்கும் நம் பிள்ளைகளை, திரும்ப நம் மரக்கிளைகளுக்கு அழைப்போம். அவர்களுக்கு, தின்னப் பழம் தருவோம். நாமே வளர்த்த நம் மரங்களிலிருந்து சுத்தமான கனிகளை.

தினச்செய்தி

பெருமரங்கள் வீழ்ந்தபோது

மரத்தை வெட்றதும்
மார அறுக்குறதும் ஒண்ணுதான்யா

-நம்மாழ்வார்

''மலை சுற்றும் பாதையைச் சுற்றிலுமுள்ள பல நூறு மரங்கள் ஜே.சி.பி.யால் வேரோடு பிடுங்கி சாய்க்கப்படுகின்றன. நாளை காலை ஆறு மணிக்குத் தங்கள் எதிர்ப்புக் குரலைப் பதிவு செய்ய விரும்புபவர்கள் மலை சுற்றும் பாதையில் சந்திக்கலாம்'' என்ற குறுஞ்செய்தி என்னை அடைந்தபோது இரவு பதினோரு மணியிருக்கும். ஆறு மணிக்குப் போகும்போது நானும் வருவேன் என அடம்பிடித்த என் மகள் மானசி, அடுத்த ஐந்தாவது நிமிடம் உறங்கிவிட்டாள். நான்தான் தூக்கம் வராத நேற்றைய இரவில் இதையே யோசித்துக் கொண்டிருந்தேன்.

ஒரு அரசால் எப்படி எந்த முன் யோசனையோ பின் விளைவுகளோ இன்றி ஒரே உத்தரவில் இயற்கை பூமிக்குக் கொடுத்த இத்தனைப் பெரிய வரத்தை அழித்துவிட முடிகிறது? அது என்னவெல்லாம் பெயர் கொடுத்துத் தன்னை நாகரீகமாகக் காட்டிக்கொள்ள முடிகிறது? விரிவாக்கம், செப்பனிடல், நவீனம், அடிப்படை வசதி இப்படி...

ஐந்தரை மணிக்கு எழுந்து மகள் மானசியைப் பார்த்தேன். அயர்ந்து தூங்கிக் கொண்டிருந்தாள். எழுப்பாதேயென ஒரு தந்தையின் மனம் தடுத்தது.

நான் தனியாளாக என் பைக்கில் சமுத்திர ஏரிக்கரை வழியே மலை சுற்றும் பாதையை அடைந்தபோது நூற்றுக்கும் மேலே மனிதர்கள் அங்கே குழுமியிருந்தார்கள். எல்லோர் முகங்களிலும் தூக்கமின்மையும், பதட்டமும், இழந்த சோகமும் பதிந்திருந்தன.

அவர்களில் பலபேரை நான் ஏற்கனவே அறிந்திருந்தேன். மருத்துவர் சீதா, எழுத்தாளர் சங்கீதா ஸ்ரீராம், குக்கூ சிவராஜ், புகைப்படக் கலைஞர்கள் தேவ் குகை, வினோத் பாலுச்சாமி, கவிஞர். குமார் அம்பாயிரம் என அவர்கள் திருவண்ணாமலையின் எளிய அடையாளங்கள்.

எங்களுக்குள் கைகுலுக்கல்கூட இல்லை. விரைவான செயல்திட்டங்கள் மட்டுமே எங்கள்முன் இருந்த ஒற்றை அஜெண்டா. நவீன் அக்கூட்டத்தைத் துவக்கினார்.

இல்லை, ஒரு சிறு தீக்குச்சியைக் கொளுத்தி எங்கள் முன் போட்டார். தீ மளமளவெனப் பரவியது. எங்கள் பின்னணியில் மலை ஒரு பெரு யானையைப் போல் படுத்துக்கொண்டு நடப்பதைப் பார்த்துக் கொண்டிருந்தது. அதன்முன் நேற்றைய இரவில் முறித்துப் போடப்பட்ட, பசும் மரங்களின் வேர்கள் செத்த மாடுகளைப் போலக் கிடந்தன. வார்த்தைகளற்ற சோகம் எங்களுக்கான இடைவெளியை நிரப்பிக் கொண்டது.

ஏழு மணிக்குள் கூட்டம் நூற்றி ஐம்பதைத் தாண்டியது. வெளிநாடுகளிருந்து இங்கு வந்து வசிக்கும் பலநாட்டு மனிதர்களும், கைக்குழந்தைகளோடு வந்திருந்த பெண்களும் அக்கூடுகையை அடர்த்தியாக்கினார்கள்.

பத்து மணிக்கு கலெக்டர் இது விஷயமாகப் பேச அழைத்திருக்கிறார் என்பதே அப்போதைக்கான சிறு ஆறுதல் செய்தியாக இருந்தது. அரசு எந்திரத்தின் ஒரு சிறு அசைவும் எளிய மனிதர்களுக்குக் கிடைக்கும் வரம்தானே!

ஒரு தடுத்தலுக்காக வந்தவர்கள் அப்படியே திரும்ப மனமின்றி ஒருவர் கரத்தை இன்னொருவர் பற்றி மனித சங்கிலியாகப் பத்து நிமிடம் நின்றோம்.

அப்போது நீடித்த மௌனத்தில் உணர்வு மேலிட உடைந்த கலைஞர்களின் பலவீனமான கண்களைக் கவனித்தேன்.

காலை நடைப் பயிற்சிக்காக வந்த பலரும் எங்களுக்குக் கைகொடுத்து நின்றார்கள். கிராமங்களில் சொல்வார்கள் முட்டுக் கொடுத்து நிற்பதென. எத்தனை பலஹீனமான பலகைகளையும் ஒரு சிறு முட்டுத் தாங்கிக் கொள்ளும். வழியில் வந்த மனிதர்களும், வேடிக்கை பார்த்த துறவிகளும் எங்களுக்கு முட்டுக் கொடுத்து நின்று எங்களைப் பலப்படுத்தினார்கள்.

இன்றைய வேட்டையைத் துவங்க மஞ்சள்நிற அரக்கனைப் போல ஜே. சி. பி. எந்திரம் எங்களைத் தொட்டுக்கொண்டு உறுமியது. எங்கள் எதிரி இத்தனைப் பக்கத்திலா எனக் கோபமேறிய கைகளோடு எங்கள் தோழர்கள் பலர் அதன் மீதேறி மிதித்தார்கள். அது தன் எந்திர உறுமலை நிறுத்தித் தொலைத்தது.

இன்று பத்து மணிக்கு கலெக்டர் எங்களுடன் பேசும்வரை எந்தத் தாவரத்தையும் தொட வேண்டாமென அதன் ஓட்டுநரிடமும், மேற்பார்வையாளரிடமும் தோழமைக் குரல்கள் கோரிக்கை வைத்தன.

ஒத்துக்கொண்டது மாதிரி அது திரும்பிப் போனதை எங்களில் பலரும் நம்ப மறுத்தார்கள். அதிகாரம் ஒருபோதும் எளிய மக்களின் குரல்களுக்குப் பணியாது. பணிவது மாதிரி பதுங்கும். அது சமயம் கிடைக்கும் தருணத்தில் அதன் ஆயிரம் மடங்கு பலத்தோடு அதே

மக்கள்மீது பாயும். அதுவரை அது அடைகாத்த வன்மத்தை ஆத்திரத்தோடு துப்பும்.

இன்று காலையும் அதே நியதிதான் நடந்தேறியது. திரும்பிப் போன அந்த எந்திரம் தன் எஜமானர்களின் உத்தரவின் பேரில் மூன்று பெருமரங்களை வேரோடு பிடுங்கிப் போட்டது. எங்கள் கண்முன்னே நடந்த இப்படுகொலையை நாங்கள் தடுக்க முற்படும்முன் அவை சவங்களாய் முட்காட்டில் கிடந்தன.

மருத்துவர் சீதா அம்மரத்தின் முறிக்கப்பட்ட மஞ்சள்நிறக் கிளையின்முன் அமர்ந்து அடக்க முடியாமல் அழுததை எங்கள் மலையும் பார்த்துக் கொண்டிருந்தது.

திரும்ப நினைத்த அத்தனை கலைஞர்களையும், செயற்பாட்டாளர்களையும் அந்த அழுகையே திரும்ப அழைத்தது.

சற்றுமுன் இழந்த துக்கத்திலிருந்த முகங்கள் அல்ல அவை. ரௌத்திரமேறியிருந்த நடையைத் தூரத்திலிருந்தே அவதானித்தேன். அவர்கள் அந்த எந்திரத்தையும், அதை இயக்கியவர்களையும் ஒவ்வொரு விதமாக எதிர்கொண்டார்கள்.

மக்கள் எதிர்ப்பில் தாக்குப் பிடிக்க முடியாமல் அது மெல்ல நகர்ந்தது.

நாங்கள் யாருடைய கட்டளைக்கும் காத்திருக்காமல் சாலையில் உட்கார்ந்தோம். வெளிநாட்டவர்களின் முகங்கள் முன்னிலும் சிவந்திருந்தன. ஏதோ ஒரு நாட்டிலிருந்து இந்த இயற்கையைத் தினம்தினம் தரிசிப்பதற்கென வந்த ஒருவர் ஆங்கிலத்தில் உரக்கக் கத்தித் தன் ஆற்றாமையை வெளிப்படுத்தினார்.

இயலாமையில் எங்கள் கிராமத்துப் பெண்கள் மண்ணை வாரித் தூற்றுவார்கள். இரண்டிற்குமான இடைவெளி எதுவுமில்லை.

அடுத்த பத்தாவது நிமிடம் போலீஸ் வந்தது. அரசு விசுவாச நாற்றம் அவ்விடத்தைக் குபீரென நிறைத்தது.

எங்கள் விவாதங்கள் கூடிக்கொண்டே போனது. வார்த்தைகளின் உஷ்ணம் போலீசையும் நிதானிக்க வைத்தது.

‘உங்களுக்கு என்னதான் வேணும்?’

எம். முகுந்தனின் ‘மய்யழிக் கரையோரத்தில்’ நாவலில் தாசனைப் பார்த்து, அந்தப் பிரெஞ்சுக்கார கவர்னர் கேட்டான்.

நூறாண்டுகளுக்குப் பின்னும் அதே கேள்வி மிச்சமிருக்கிறது. அவன் அதை நம்மிடம் தூவிவிட்டுப் போயிருந்தான்.

‘உங்களுக்கு என்னதான் வேணும்?’

‘‘சுதந்திரம்’’ தாசன் சொல்லுவான்.

எங்கள் சிறு நகரத்தின் ஒரு செடியையும் உங்கள் அரச அதிகாரம் பிடுங்கக்கூடாது.

அதை நான் எப்படிச் சொல்வது. அதிகார அடுக்குகளில் ஏதோ ஒரு புள்ளிதான் இவர்கள் என்பதை அறியாதவர்கள் அல்ல நாங்கள்.

எங்கள் கண்ணெதிரே மூன்று மரங்களைப் பிடுங்கிப்போட்ட அந்த இருவரும் வரலாறு மன்னிக்காத தங்கள் செயலுக்கு வருத்தம் தெரிவித்தார்கள்.

அந்த மஞ்சள்நிற இயந்திர அரக்கனை இனியும் நம்பத் தயாராக இல்லாத பத்துபேர் அதன் அசைவின்மைக்கு டாக்டர் சீதா தலைமையில் காவலிருக்க, நாங்கள் மாவட்ட ஆட்சித் தலைவரைச் சந்திக்கச் சென்றோம்.

காத்திருக்க வைக்காமல் எங்கள் எல்லோரையும் அந்தக் குளிரூட்டப்பட்ட அறை அனுமதித்தது. சற்றே நீடித்த மௌனத்தைத் தொடரவிடாமல் தோழர் கருணா, இந்த மரங்கள் எங்கள் நகரத்திற்கு எத்தனை மகத்தான பொக்கிஷங்கள் என்றும், ஓர் அரசு ஆணையில், அல்லது ஓர் ஒப்பந்தத்திற்கு எப்படி அதை பலி கொடுக்கத் துணிந்தீர்கள் என்றும் அடிமனதிலிருந்து கேள்விகளை எழுப்பினார்.

உரையாடல்கள் எல்லாவற்றையும் தீர்த்து வைக்கும் என்ற மகாத்மா காந்திதான் அக்கணத்தில் என் நினைவுக்கு வந்தார்.

முதல் பத்து நிமிடங்களில் தன் தரப்பு நியாயத்தை கலெக்டர் முன் வைத்தார்.

நாங்கள் எல்லோருமே அதை நிராகரித்தோம்.

விரிவாக்கம் இந்தப் பாதைக்குத் தேவையில்லையென்பதையும், இந்த மரச்செறிவின் குளிர்ச்சிக்கும், பகலிலேயே கவியும் லேசானதொரு இருளுக்கும்தான் மனிதர்கள் தங்கள் மனதைப் பறிகொடுக்கிறார்களென்றும், அதுவே ஆன்மீக அனுபவமென்றும் அச்சபையில் பல்வேறு குரல்கள் தடித்தும் மெலிந்தும் விளக்கின. கலெக்டர் எங்கள் குரல்களை உள்வாங்கிக் கொண்டேயிருந்தார். கேட்கப் பழகின காதுகள் எப்போதும் நியாயத்தின் பக்கம் நிற்கும் என்ற சொற்றொடர் மீது ஏனோ எனக்கு அந்நிமிடம் நம்பிக்கை பிறந்தது.

"புதர்களைக்கூட நீக்கக் கூடாதா?" என்ற நிர்வாகத் தரப்பின் கேள்விக்குக் கவிஞனும் களச் செயல்பாட்டாளனுமான குமார் அம்பாயிரம் தன் அனுபவத்திலிருந்து பதில் சொன்னார்.

"நீங்கள் கை வைத்திருப்பது சாலையோரம் நட்டுவைத்து வளர்க்கப்பட்ட புளியமரங்கள் அல்ல. அது சோணகிரி காடு. மலையின் தொடர்ச்சி. இம்மலையின் வேர்களில்தான் இம்மரங்கள், செடிகள், கருங்குரங்குகள், உழக் குள்ளநரிகள், பதுங்கு முயல்கள், உடும்புகளென நூற்றுக்கணக்கான காட்டுயிர்களும், பல்லாயிரக்கணக்கான நுண்ணுயிர்களும், நீங்கள் புதர்கள் என்று தவறாய் அடையாளப்படுத்தும் இம்மூலிகைச் செடிகளின் அடியைத்தான் தங்கள் வாழ்விடங்களாகப் பாவிக்கின்றன. அவற்றையும் அதிலிருந்து வெளியேற்றி எங்கள் மாடுகளைப் போல் பிளாஸ்டிக் கழிவுகளைத் தின்ன வைத்து விடாதீர்கள் என்ற வேண்டுகோளை அப்படி ஓர் அமைதியைத் தந்து அச்சபை அங்கீகரித்தது.

இடையே ஒரு தொலைபேசி அழைப்பில் நெடுஞ்சாலைத்துறை செயற்பொறியாளரைத் தன் அறைக்கு வரச்சொல்லி ஆணை பிறப்பித்தார் கலெக்டர்.

Respected Sir, என்ற பழக்கப்படாத ஒரு குரலுக்கு எல்லோருமே திரும்பிப் பார்த்தோம். அது இந்திய அளவில் முக்கியமான புகைப்படக் கலைஞன் தேவ் குகையுடைய குரல்.

அவரால் பேச முடியவில்லை. விம்மல்கள் மட்டும் தெறித்து விழுந்தது. தன் ஆங்கில அறிவை அத்தனை அற்புதமான வார்த்தைகளில் புதைத்துப் பத்து நிமிடங்கள் அவர் முன்வைத்த வாதங்கள் யாரையும் புதைகுழியில் அமிழ்த்தும். பத்து வருடங்களாக தேவ் குகையை நானறிவேன். ஓரிரு வார்த்தைகளைக்கூட விரும்பிச் செலவழிக்கத் தெரியாத கலைஞன் அவன். பேசுவதற்குத் தன் கைவிரல்கள் போதுமென நினைப்பவன். இன்று தன்னிடம் இருப்பது இதுவரை ஆத்திரத்தோடு அடைகாத்த இச்சொற்கள் மட்டுமேயென நினைத்து, தன்னிடமிருந்த அத்தனை சொற்களையும் கொட்டித் தீர்த்தான்.

நான்கு நாட்களாக எந்த மரங்களும் வெட்டப்படவில்லையென்ற பொய் எங்கள் முன்னிலையிலேயே அவிழ்க்கப் பட்டது.

சில நிமிடங்களில் பல கேமராப் பதிவுகளும், இன்று எடுக்கப்பட்ட செல்போன் புகைப்படங்களும் பச்சை வாசனையோடு கலெக்டர்முன் காட்சிப்படுத்தப்பட்டது.

ஹைவேஸ் இன்ஜினியர் அவசரத்தில் உள்ளே நுழைந்து தனக்கான இருக்கையை உறுதிப்படுத்திக் கொண்டார். எங்கள் எல்லோர் வார்த்தைகளும் அவரை நோக்கி ஒரே நேரத்தில் திரும்ப, சொல்ல எதுவுமற்று அமைதி காத்தார்.

அவசர அவசரமாகச் சில உத்தரவுகளை கலெக்டர் பிறப்பித்தார்.

"ஒரு மரத்தையும் இனி வெட்ட வேண்டாம்"

அவர் உத்தரவை இடைமறித்து, ''நீங்கள் புதர்கள் என்று தப்பாய் விவரிக்கும் மூலிகைச் செடிகளையும்... ம்.. அவற்றையும்...''

நான் முதல் வரிசையிலிருந்து திரும்பிப் பார்த்தேன். எல்லோர் முகங்களிலும் படிந்திருந்த அவநம்பிக்கைகளும் மெல்ல பனிக்கட்டி மாதிரி உருக ஆரம்பித்திருந்தன.

பத்து வருடங்களுக்கு முன் ஒரு ரியல் எஸ்டேட் வியாபாரி தன் பட்டா நிலத்திலிருந்து ஒரு பெரிய வேப்ப மரத்தை இயந்திரத்தால் அகற்ற முயல, அம்மரத்தைக் கட்டிக்கொண்டு நின்ற என் தோழியும், உலகப் பிரசித்தி பெற்ற ஸ்பெயின் நாட்டு ஓவியருமான காயத்ரி காமூஸ் என் நினைவுக்கு வந்தார். இன்றளவும் அந்த எளிய மனுஷியின் ஞாபகமாய் மீந்திருக்கும் அந்த வேப்பமரம் இன்னும் கனம் கூடி கம்பீரமாய் நின்றிருக்கும் இதே திருவண்ணாமலையில்தான் இத்தனை கலைஞர்களும், படைப்பாளிகளும், களச் செயல்பாட்டாளர்களும், இடதுசாரிக் கட்சிகளும் சேர்ந்து பல ஆயிரக்கணக்கான மர உயிர்களைக் காப்பாற்றிய பெரு நிம்மதியோடு அங்கிருந்து கலைந்தோம்.

கைக்குலுக்கல்களும், உடலசைவுகளும், முத்தங்களும் உணர்வுப் பெருக்கில் கலெக்டர் அறையிலேயே சக மனிதர்களின் அன்பின் பொருட்டு நிகழ்ந்தது.

வீட்டிற்கு வரும்போது பகல் ஒரு மணி. ஒரு புனைவு மாதிரி நடந்ததை எங்கள் சாப்பாட்டு மேஜையில் பகிர்ந்தேன்.

''மகள் மானசியை எழுப்பி உடன் அழைத்துப் போயிருக்கலாம். அவள் ஒரே நாளில் எத்தனை மகத்தான அனுபவத்தை அடைந்திருப்பாள்''

என்னிடம் எந்தச் சொல்லும் மீதமில்லை.

ஜீனியர் விகடன்

கொண்டாட்டங்களின் வாசனை

1992 டிசம்பர் 31- அந்தக் கலை இரவின் குளிர் படர்ந்த இரவில் எங்கள் மேடையின் முன் பல ஆயிரம் மனித முகங்கள் விரிந்திருக்கிறது.

புரிசை கண்ணப்ப தம்பிரானின் 'பாஞ்சாலி சபதம்' கூத்து முடிந்து மக்கள் ஆரவாரத்திற்கிடையே ஒரு பூப் போட்ட ஜோல்னா பை எனக்குப் பரிசாக அளிக்கப்பட்டு என்னைப் பரவசப்படுத்தியது. கூடவே ஒரு வாழ்த்து அட்டை.

"உங்களின் இந்தக் கலை இலக்கிய செயல்பாடுகளுக்கு என் எளிய வெகுமதி - கே.வி.ஷைலஜா."

நான் அந்த இரண்டு வரிகளை மைக் முன் நின்று சத்தமாக வாசிக்கிறேன். இப்படித்தான் ஷைலஜா என்ற மனுஷி தன்னை அறிமுகப்படுத்திக் கொண்டாள்.

எல்லா ஆரவாரங்களுக்கும் பின் ஏற்படும் அமைதியும், மனிதர்கள் கலைந்தபின் ஏற்படும் வெறுமையும் என் நாட்களைச் சூழ்ந்துகொள்ள, நான் என் பழைய சைக்கிளில் தாமரைக் குளக்கரையிலிருந்த ஷைலஜாவின் வீட்டிற்குப் போன ஒரு சாயங்காலம் இன்னும் நினைவில் இருக்கிறது.

அப்போதுதான் கல்லூரிப் படிப்பை முடித்த ஷைலஜாவையும், ஜெயஸ்ரீயையும் அவர்களின் அப்போதைய இலக்கிய வாசிப்பினூடே சந்தித்தது எனக்குப் பெரும் சந்தோஷத்தைத் தந்தது.

சொந்த வாழ்வின் பெரும் இழப்புகளை இலக்கிய வாசிப்பிலும் செயல்பாடுகளிலும் கரைத்துக் கொண்டிருந்த எனக்கு இப்பெண்களின் அருகாமை பெரும் ஆசுவாசத்தைத் தந்தது.

சந்திப்புகளின் நகர்வு ஆவணி மாதத்திற்கு எங்களை நகர்த்தியது.

அவர்கள் வீடு மெல்ல மெல்ல ஓணத்தின் கொண்டாட்டத்தை நோக்கி நகர்ந்ததை உணர முடிந்தது. வீட்டின் அதீத சுத்தத்தில் ஆரம்பித்து புதிய உடைகளை அவர்கள் வாங்க ஆரம்பித்தது வரை உடனிருந்து உள்வாங்கிக் கொண்டிருந்தேன்.

களிமண்ணால் செய்யப்பட்ட நிறைவடையாத ஒரு சாமி சிலை உருவாக்கத்தில் எனக்கும் கூட சில பங்கிருந்தது. அதற்கு ஓர் அழகான குடை. அதைச் சுற்றிலும் பூக்கள். சாணி தெளித்த வாசலில் அது நிறுவப்பட்டபோது அத்தெருவே அழகாகி விட்டதைப்போல அத்தனை வசீகரமாயிருந்தது.

எல்லோர் கண்களும் அதையே மொய்த்துக் கொண்டிருக்க, நான் அன்று மாலை மீண்டும் ஷைலஜாவின் வீட்டிற்குப் போனேன்.

ஒரு ஆள் பெரும் சத்தத்தோடு அவள் மாமாவிடம் சண்டை போட்டுக் கொண்டிருந்தார். எனக்கு நிலைமையைப் புரிந்துகொள்ள பத்து நிமிடங்கள் மட்டுமே போதுமானதாயிருந்தது.

ஷைலஜாவின் குடும்பம் கேரளாவிலிருந்து இடம் பெயர்ந்து திருவண்ணாமலையில் நிலைபெற்றிருந்தது.

பெரும் கனவுகளோடு அவள் அப்பா வாசுதேவன் தன் தொழிலை வெற்றிகரமாக முன் செலுத்திக் கொண்டிருந்தபோது நிகழ்ந்த அவரின் எதிர்பாராத மரணம் அக்குடும்பத்தை நிலைகுலையச் செய்துவிட்டிருந்தது.

அம்மூன்று பெண் குழந்தைகளும் ஒரு பச்சைக் கொடியின் பற்றுதல் மாதிரி தன் தாய்மாமாவின் கைகளைப் பற்றிக் கொண்டிருந்தார்கள். இருபது வயது இளம் விதவையான அவள் அம்மா மாதவி தன் மொத்த நிராசைகளுக்கும், துடைத்தெறியப்பட்ட கதைகளுக்கும் தன் பிஞ்சுக்குழந்தைகளின் அருகாமையை மட்டுமே வடிகாலாக்கிக் கொண்டிருந்தார்.

சொந்தங்களற்ற வெறுமையை இப்படியான பண்டிகைக் கொண்டாட்டங்கள் மட்டுமே அச்செடிகளுக்கும் அத்தாய் மரத்திற்கும் நீரிட்டுக் கொண்டிருந்தன.

அவர்களுக்கு ஒரு முதிய பாட்டியிருந்தாள். பெயர் கல்யாணி. கேரளாவின் பாரம்பரிய பெண்ணுடை மட்டுமே அந்த முதிய தேகத்தை மூடியிருக்கும். நாற்பது கிலோவிற்கும் குறைவான எடை. காற்று மொத்தமாக அடித்தால் கீழே விழுந்துவிடக்கூடிய உடல் எடை. ஆனால், மனதால் உறுதியேறி இருந்தாள் கல்யாணி பாட்டி.

அவள் தான் புரிந்தும் புரியாததுமான தமிழில் அந்தச் சண்டை போட்ட ஆளோடு தன்னையும் சேர்த்து, தன் மக்களின் மனநிலைகளை விளக்கிக் கொண்டிருந்தாள். அதில் இடம் பெயர்ந்து வந்த அகதியின் சோகமும், கெஞ்சலுமிருந்தன.

அந்த ஆள் எதையும் கேட்கிற மனநிலையில் இல்லை. கேரளாக்காரர்கள் எல்லாம் மாந்திரீகச் செய்வினை செய்பவர்கள் என்பதும், இக்களிமண் பொம்மை உருவாக்கமும் அதன் ஒரு நீட்சி தான் என்பதும் அவன் மனதில் பதிந்திருந்தது. என் தலையீடும் சமாதானமும் அம்மனிதனை எதுவும் செய்துவிட முடியவில்லை. இறுதியில் அக்களிமண் சிலை அவர்கள் வீட்டுப் பின்புறம் தளும்பிய தாமரைக் குளத்தில் தள்ளப்பட்டது.

ஓணக்கொண்டாட்டத்தின் முன் இரவு புரிந்து கொள்ளாமையினாலும், ஒற்றைக் குடும்பம் என்பதாலும், ஒரு

பெரும்பான்மை இனக்குழுவினால் இப்படி அவர்கள் சிறு கனவு ஒன்று மொத்தமாகத் துடைத்தெறியப்பட்ட என் முதல் ஓண அனுபவமாக மனதில் விரிகிறது. அதன் பின் ஒரு தோல்வியுற்ற இளைஞனாக நான் அச்சண்டையை வேடிக்கை மட்டுமே பார்க்க முடிந்தது.

ஆனால் மனதால் அன்று ஒரு முடிவெடுத்தேன். 'உறவுகளைத் துறந்த வாழ்க்கை, அலைக்கழித்து எங்கோ தொலை தூரத்து நகரத்தில் இக்குடும்பத்தைக் கரை ஒதுக்கி இருக்கிறது. எப்போதும் கொண்டாட்டங்களாலும், சந்தோஷங்களாலும் இவர்களைச் சந்தோஷமாக வைத்திருக்க வேண்டும்'

என் கனவுகள் எதுவுமே நிராசையானதில்லை. எங்கள் திருமணத்திற்குப்பின், அதுவரை மலையாள வாசிப்பில் எப்போதாவது புரிந்தும், புரியாமலும் திணறிக்கொண்டிருந்த ஷைலஜா முதன்முதலில் பாலச்சந்திரன் சுள்ளிக்காடின் 'சிதம்பர ஸ்மரணயை ' தமிழில் 'சிதம்பர நினைவுகள்' என மொழியாக்கம் செய்யுமளவிற்கு அவளுக்கு அம்மொழி கை கூடியிருந்தது. அப்புத்தகத்தில் 'திருவோண விருந்து' என்றொரு பகுதி உண்டு.

தான் சுவீகரித்துக்கொண்ட கொள்கையின் பொருட்டு பாலச்சந்திரன் தன் செல்வாக்கான குடும்பத்தைப் பிரிந்து, நாடோடியாகக் கேரள நகரங்களிலும், கவியரங்குகளிலும், மாநாடுகளிலும் கவிதை வாசித்துக்கொண்டு தங்குவதற்கும், சாப்பிடுவதற்கும் இடமும் உணவுமின்றி அலைந்து கொண்டிருந்த நாட்களில், ஒரு ஓணத்திருநாளின்போது ஏதோ ஒரு பெயர் தெரியாத ஒரு வீட்டுக் காம்பௌண்ட் சுவற்றின் முன் பசியோடு நின்றிருப்பார். அவரை சோற்றுக்கலையும் பிச்சைக்காரன் எனக் கருதி அவ்வீட்டுத் தலைவி தன் பூட்டப்பட்ட இரும்பு கேட்டை அவனுக்காகத் திறப்பாள். தலை கவிழ்ந்து, உடை கலைந்து, அழுக்கேறிய உடம்போடு நிற்கும் அவனைப் பார்த்து என்ன வேணும்? எனக் கண்களால் விசாரிப்பாள். தன் தலையை ஏறெடுத்து அத்தாயைப் பார்ப்பான் அக்கவிஞன்.

'சோறு' என்ற சொல் வெளிவராமல் நாக்கிலேயே ஒட்டிக்கொண்டிருக்கும். அது முந்தைய தலைமுறை கௌரவம். ஒரு நிமிடத்தில் அதைப் புரிந்து கொண்ட அப்பெண் அவனைத் தன் வீட்டிற்குள் அழைப்பாள். எதுவும் பேசாமல் அவளைப் பின் தொடரும் அவனுக்கு அவ்வீட்டின் பின்புறத் தாழ்வாரம் காண்பிக்கப்படும். தரையில் தலை கவிழ்ந்து உட்கார்ந்திருந்த அவன் முன் ஒரு தலை வாழை இலை போட்டு அன்றைய ஓணவிருந்து பரிமாறப்படும். இலைநிறைய பதார்த்தங்கள் பரவிய விநாடி பாலனுக்குத் தன் வீட்டு ஓணச் சாப்பாடு தலையிட்டுக் கண்களை நிறைக்கும். ஒரு வாய் சாப்பிட முடியாமல் நினைவுகளின் பெருமிதம் அலைக்கழிக்கும்.

புதுப்பட்டுப் பாவாடை சரசரக்க வரும் அவ்வீட்டின் கல்லூரி படிக்கும் ஒரு இளம்பெண் பாலனை அடையாளம் கண்டுகொள்வாள்.

"நீங்க கவி பாலச்சந்திரன் சுள்ளிக்காடு தானே"!

அவளை நிமிர்ந்து பார்த்த ஒருநொடியில் மதிப்பும் மரியாதையையும் விடப் பெரியது பசியும் சோறும்தான் என்ற மனநிலையில் மீண்டும் தலைகுனிந்து உணவைப் பிசையும் பாலச்சந்திரன் சுள்ளிக்காடு எனும் கேரளாப் பெருமிதத்தின் காட்சிச் சித்திரம் ஒன்று ஒவ்வொரு ஓணத்தின் போதும் என்னுள் வந்துபோவதைத் தவிர்க்கவே முடியாது.

ஓணம் என்பது இப்பெரும் இரு துயர நினைவுகளால் எனக்குள் நிரம்பியிருந்தது.

எங்கள் திருமணம் முடிந்த முதல் ஓணம் எங்களுக்கான தலை ஓணம். ஷைலஜாவின் மூத்த சகோதரி சுஜியும் அவள் கணவர் குட்டி கிருஷ்ணனும் திருவண்ணாமலையில் வேறொரு பகுதியிலிருந்த அவர்களின் வீட்டிற்கு எங்களை அழைத்திருந்தார்கள்.

அது கொண்டாட்டங்களின் ஆரம்பம். அவர்களின் டயர் கம்பெனியில் வேலை பார்த்த அழுக்கு இளைஞர்களில் ஆரம்பித்து,

உறவினர்கள், நண்பர்கள், வாடிக்கையாளர்களென பலதரப்பட்ட மனிதர்களின் வருகையினால் அவ்வோணம் உயிரூட்டப்பட்டிருந்தது.

கேரள உணவின் முழுமையை நான் சுவைத்த முதல் நாளென அதைச் சொல்லலாம். பல காய்கறிகளை நறுக்கிப் போட்டு வைக்கப்பட்ட பொடிஅரைத்து வைத்த சாம்பாரின் ருசி என் நாவிற்கேறியதும் அன்றுதான்.

அவல் பாயசம் எனும் அற்புதத்தைத் தரிசித்த நாளும் அன்றுதான். அது ஓணம் மீது எனக்கிருந்த கசப்பை மெல்ல மெல்ல கரைக்கத் துவங்கியது.

கேரள இலக்கியத்திற்கும், தமிழிலக்கியத்திற்குமான பரிமாற்றங்களில் எங்கள் குடும்பம் முழுமையாக ஈடுபட்டது.

பால் சக்கரியா, ஏ.ஐயப்பன், சந்தோஷ் ஏச்சிக்கானம் எனும் பெரும் படைப்பாளிகளில் ஆரம்பித்து மனோஜ் குருர் வரை ஷைலஜாவின் இரண்டாவது சகோதரி ஜெயஸ்ரீ தமிழுக்குத் தந்து ஓணத்தின் வாசனையைத் தமிழ்நாட்டிற்குப் பரவச் செய்தார்கள்.

என்.எஸ்.மாதவன், கல்பட்டா நாராயணன், எம்.டி.வி, கெ.ஆர்.மீரா, திரைக் கலைஞர். மம்முட்டி என கேரள ஆளுமைகளை அப்படியே தமிழ் இலக்கியப் பரப்பிற்கு ஷைலஜா கூட்டி வந்தாள்.

இதோ அசோகன் செருவில்லின் கதைகளை ஜெயஸ்ரீயின் மகள் சுகானா இப்போது மொழி பெயர்த்துக்கொண்டிருக்கிறாள்.

ஓணத்திருவிருந்தின்போது புறக்கணிக்கப்பட்ட ஒரு பெரும் கவிஞன், யாரோ ஒரு பெயர் தெரியாத ஒரு குடும்பத் தலைவியால் அரவணைக்கப்பட்டது போலத் தமிழ்நாட்டின் ஒரு புறக்கணிக்கப்பட்ட நகரத்திலிருந்து நாங்கள் ஓணத்தை உள்வாங்கிக் கொண்டோம். ஒவ்வொரு ஓணமும் எங்களால் குதூகலமாக்கப்படுகிறது. அன்று ஒருநாள் எங்கள் தோழர்களும்,தொழிலாளர்களும் கேரள உணவின் ருசியைப் புதிதாக்குகிறார்கள்.

ஒவ்வொரு பண்டிகைக்கென்றும் ஒரு தனி வாசனை இருக்கிறது. ஆடிக்காற்றின் அமைதிக்குப்பின், மழையும் வெயிலுமற்ற ஒரு பருவத்தில் வரும் இப்பண்டிகை எனக்கு நீரில் ஊறவைக்கப்பட்ட விதைநெல் வாசனையைத் தருகிறது. அது கிறக்கத்தின் துவக்கம்.

சித்திரையில் வரும் விஷு எனக்குள் அறுவடைக்காலங்களில் குவித்து வைக்கப்பட்டிருக்கும் தானிய வாசனையை நிரப்புகிறது. தமிழகத்தைப் போலவே கேரள மாநிலமே பண்டிகைகளால் உயிரூட்டப்படுவதை உணர்ந்திருக்கிறேன்.

என் நண்பரும், கேரளத் திரை உலகின் மெகா ஸ்டாருமான மம்முட்டியின் மகன் துல்கரின் திருமண அழைப்பின் பொருட்டு ஒரு கிருஸ்துமஸ் நாளின் மத்தியானத்தில் நான், ஷைலஜா, மகன் வம்சி, மகள் மானசி என நாங்கள் நால்வரும் கொச்சின் நகருக்குப் பயணமானோம். நள்ளிரவில் அந்நகரை அடைந்த போது அந்நகரின் காட்சிகள் எங்களை உறைய வைத்தன. சாலையோரப் பெருமரங்கள் சிறு விளக்குகளாலும் மரம் முழுக்க 'ஸ்டார்களாலும்' தங்களை அலங்கரித்து அழகுபடுத்திக்கொண்டிருந்தன.

நள்ளிரவில் நாங்கள் நடந்து சென்ற போர்ட் கொச்சினின் சாலைகளில் அன்றைய கிருஸ்துமஸ் கொண்டாட்டங்களும், குதூகலங்களும் மிச்சமிருந்தன. அவை எங்களுக்கானவை. தமிழ் நாட்டிலிருந்து வரும் தங்கள் விருந்தினர்களுக்குக் கடவுளின் சொந்த பூமி விட்டு வைத்திருந்த கொண்டாட்டங்களின் சிந்தல். நாங்கள் மனதால் வசீகரிக்கப்பட்டோம். ஒவ்வொரு பண்டிகைக்கும் ஒரு வாசனை மிச்சமிருக்கிறதுதானே?

ஒரு பிறந்த குழந்தையின் கழுவி முடிக்கப்பட்ட ஜனன வாசனையை அந்த கிருஸ்துமஸ் எங்களுக்குத் தந்தது. அது வாய்ப்பது மானுடப் பிறவியின் பெரும் பாக்கியம். அன்றிரவு அந்நறுமணத்தில் நாங்கள் கிடந்தோம்.

கேரள தலைமைச் செயலக ஊழியர்கள் சார்பில் நடத்தப்படும் மாத இதழின் ஓணப்பதிப்பில் எனக்கும் ஓணத்திற்குமான தொடர்பு பற்றிய 'கொண்டாட்டத்தின் வாசனை' கட்டுரை வந்திருந்தது.

அதை எடுத்துக்கொண்டு தலைமைச் செயலக ஊழியர் சங்க இணைச் செயலாளரும், அவ்விதழின் ஆசிரியருமான தோழர் ஜோதி சங்கர் திருவனந்தபுரத்திலிருந்து திருவண்ணாமலைக்கு வந்திருந்தார்.

என்னுடன் அதிகபட்சம் இரண்டுமணி நேரமிருந்திருப்பார். அதைப் பற்றி அவர் மலையாளத்தில் எழுதியிருந்த உரைநடை, கவிதைக்கும் சற்று மேலே.

அதை வாசகர்களுக்காக இங்குப் பகிர்கிறேன்.

செக்ரேரியேட் சர்வீஸ்
மலையாள மாதஇதழ் - செம்மலர்

ஜே.கே.வின் மரணம்

ஒரு பிரபலமான எழுத்தாளரோடு பேசிக்கொண்டிருக்கையில் அவர் சொன்னார்,

"ஜெயகாந்தன் ஊரில் எழுத்தாளனாக இல்லாமல் வெறுமனே கூலிவேலை பார்த்திருந்தாலும் இப்படியேதான் இருந்திருப்பார்"

"எப்படி?"

"அறச்சீற்றம் கொண்டவனாக, தன்னெதிரே நடக்கும் சமூக அநீதிக்கு எட்டி அடிப்பவனாக, அடிக்கடி முரண்படுபவனாக" அவர் பேசிக்கொண்டே போனார். நான் இடையே நின்று கொண்டேன்.

இது ஒரு மனிதனின் இயல்பு, தான் எதுவாய் ஆனபோதும், எந்த பூச்சையும் தன்மேல் பூசிக் கொள்ளாமல் அப்படியே இருப்பது. அப்படித்தான் தன் வாழ்வின் இறுதிநாள்வரை ஜே.கே. இருந்ததாகத் தோன்றுகிறது.

கடந்த எட்டாண்டுகளாக எந்த மனிதர்களின் பௌதீகத் தொடுதல்கூட இன்றி இருந்தார் அவர். ஆனாலும் தமிழ் வாசகர்களும், எழுத்தாளர்களும் தங்கள் உரையாடல்களில், விவாதங்களில், எழுத்தில், அவரைத் தொடாமல் இருந்ததில்லை. முப்பது வருடங்களாக எழுதாமல் இருந்த ஒரு படைப்பாளியை இவர்கள் ஏன் இவ்வளவு

நேசித்தார்கள். அல்லது விமர்சித்தார்கள் என்பதற்கான விடை ஒன்றுதான். அவர் எழுதின காலத்தில் அவர் எழுத்து மற்ற எவர் எழுதியதைவிடவும் தனித்துவம் மிக்கது. பிரபஞ்சன் வார்த்தையில் சொல்வதானால் 'மூடுண்ட தமிழ் சமூகத்தை வெளிக்கொணர அவர் எழுத்துக்கள் எத்தனை வேதிவினை ஆற்றியுள்ளன என்பது, தொடர்ந்து அவரை வாசித்து வந்த ஒரு வாசகனால் எளிதில் கண்டுகொள்ள முடியும்'

நான் பத்தாம் வகுப்பு முடிந்து விடுமுறையில் ஊர் சுற்றியபோதுதான் முதன் முதலில் ராணிமுத்துவில் வெளிவந்த அவரின் 'ஒரு மனிதனும் சில எருமை மாடுகளும்' படித்தேன். இத்தனை வருட வாழ்வின் உன்னதமும், சலிப்பும், கசப்பும் கடந்த பின்னும் அந்த இன்ஸ்பெக்டரும், அந்தப் பாலியல் தொழிலாளியும் என்னுள் இருக்கிறார்கள். அவர்களின் அர்த்தம் பொதிந்த உரையாடலைக் கடக்க முடியாதவனாக இருக்கிறேன். இது ஜே.கே. எழுத்தின் மிகப்பெரிய வெற்றிதான்.

இப்போதும் கூட ஹென்றி என் ஆதர்சம்தான். அவனைப் போல சுதந்திரமாக, அவனைப் போலப் பற்றற்றவனாக, அவனைப் போல மனிதர்களை நேசிப்பவனாக, லௌகீகத்தை உதறுபவனாக வாழவேண்டும் என்ற தவிப்பு எப்போதும் இருக்கிறது.

சாரங்கனுக்கு வாய்த்தது போல அறிவுஜீவிப் பெண்களின் உரையாடல்களுக்கு மனம் ஏங்கித் தவித்தது உண்டு. நாம் சந்திக்கிற பெண்கள் உப்பு மிளகாய்ப் புளியைத் தாண்டி சீரியல், நகை, ப்ளாட், கார் வரை வந்திருக்கலாம். ஆனால் சாரங்கனுக்குக் கிடைத்த ஸ்நேகிதி நவீன ஓவியம், இசை என நாற்பது ஆண்டுகளுக்கு முன்பே பேசுபவளாக இருந்திருக்கிறாள்.

இருக்கலாம், அவர் தன் படைப்பின் மௌனத்தை உடைத்துக் கொண்டு சத்தம் போட்டுப் பேசியிருக்கலாம். அந்தக் காலத்திற்கு

அத்தனை சத்தம் தேவையென அவர் உறுதியாக நம்பினதே அதன் காரணம்.

தமிழ் எழுத்தாளனின் உருவத்தை நினைவுறுத்தும்போது தோன்றிய ஒரு பரிதாபகரமான தோற்றத்தை அவர் தனியொருவனாகத் தகர்த்தெறிந்திருக்கிறார். எழுத்தாளன் என்று நம்முன் தோன்றும் ஒரு உருவத்திற்கு ஒரு கம்பீரத்தைத் தந்தவர் ஜெயகாந்தன்தான்.

அப்போதைய தமிழக முதல்வர் காமராஜர். ஒரு மேடையில் பேசிக் கொண்டிருக்கையில் கால்மேல் கால் போட்டு ஜே.கே. உட்கார்ந்திருக்கும் ஒரு கறுப்பு வெள்ளைப் புகைப்படம் இன்றளவும் தனித்துவமானதும், பிரசித்தி பெற்றதுமாகும். அப்புகைப்படத்தை முதன்முதலில் பார்த்த சுந்தர ராமசாமி,

''ஒரு வரியும் எழுதாமல் போனாலும் கூட இவன்தான் என் ஆதர்சம். ஓர் எழுத்தாளன் பொதுச் சமூகத்தில் எப்படி இருக்க வேண்டும் என்ற என் அந்தரங்கக் கனவை மெய்ப்பித்தவன்'' என பரவசப்பட்டிருக்கிறார்.

சென்னையில் நடந்த இலக்கிய சங்கமத்தில் அவரை மேடையில் வைத்துக்கொண்டு அவருடைய படைப்புகள் குறித்து ஒரு ஆய்வரங்கம் நடைபெற்றது. எஸ்.ராமகிருஷ்ணன், சா.கந்தசாமி, கே.சுப்ரமணியன் மற்றும் நானும் அதில் பங்கெடுத்தோம். என் கட்டுரையில், ஜெயஜெயசங்கராவிலிருந்துதான் ஜெயகாந்தனின் வீழ்ச்சி ஆரம்பிக்கிறது. அதன்பிறகு அவர் விழுந்த பள்ளம் மிக ஆழமானது. கடைசிவரை அதிலிருந்து அவர் எழுந்து வரவே முடியவில்லை என பேசிவிட்டு அவரைப் பார்த்தேன்.

தன் கண்ணாடி மூலம் ஊடுருவி என்னைப் பார்த்தார். அப்பார்வையை எதிர்கொள்ள எனக்கும் திராணியிருந்தது. அன்று மதிய உணவிற்காக இருவரும் இரு சாப்பாட்டுத் தட்டுகளோடு வரிசையில் நின்றபோது, தன் பின்னால் நின்ற சா.கந்தசாமியிடம் வழக்கமான உரத்த குரலில் சொன்னார்,

"எழுதி முடித்த படைப்புகள் மீது என்ன விமர்சனம் வந்தாலும் ஏற்றுக் கொள்ளலாம். ஏன் எழுதலை என்ற அபத்தத்தைத்தான் தாங்க முடியலை" என்று பெருங்குரலெடுத்துச் சிரித்தது இன்னும் கேட்கிறது.

அவர் எழுத்துக்களைத் தங்கள் தனிப்பட்ட வாழ்விற்குக் கொடுக்கப்பட்ட முன்னுரைகள் என எடுத்துக்கொண்டு வாழும் பலரைத் தனிப்பட்ட முறையில் நானறிவேன். சென்னைப் புத்தகக் கண்காட்சியில் நிகழ்ந்த ஒரு கேள்வி பதில் நிகழ்வில், சேலத்திலிருந்து வந்திருந்த வாசகர் ஒருவர் பேசினார்,

"ஒரு மனிதன் ஒரு வீடு ஒரு உலகம்" படித்து அந்த லாரி ஓட்டுநர் சின்னதுரை மாதிரியே லாரி ஓட்டப் போனவன் நான். இன்று அறுபது லாரிகளுக்கு ஓனர். ஒரு நன்றி சொல்லிவிட்டுப் போகலாமுன்னுதான் வந்தேன் அய்யா,

"நன்றி"

அவ்வளவுதான். அது படைத்தவனின் ஒரு நிமிடப் பெருமிதம். அதைக் கடைசிவரை கட்டிக்காத்தவர் ஜே.கே. அதற்கு மேல் அதில் போக என்ன இருக்கிறது?

தான் நோய்வாய்ப்படுவதற்கு முந்தைய ஐந்து வருடங்கள் என்னோடு மிக நெருக்கமான தோழமையோடு இருந்தார். நாங்கள் அழைத்தபோதெல்லாம் காரணம் கேட்காமல் வந்தார். கூட்டங்கள் இல்லாமல், பேசச் சொல்லாமல் எங்களுடனே இருப்பதற்காக மட்டும் பலமுறை திருவண்ணாமலைக்குத் தன் பெரும் நண்பர்களோடு வந்தார். கலையாத சபை இரண்டு மூன்று நாட்கள் நீடித்ததுண்டு. அப்பேச்சுகளை உடனிருந்து கவனித்திருக்கிறேன். பெரும்பாலும் அவர் பேச மற்றவர்கள் கேட்டுக் கொள்பவர்களாக இருந்தார்கள். தனக்குப் பின் எழுத வந்தவர்களின் எழுத்துக்களைப் பற்றி அவர்கள் விவாதித்ததில்லை. அதில் பெரும்பாலோருக்கு அதில் பரிச்சயம் இல்லை. இருந்தவர்கள் இவர் முன் எப்படிப் பேசுவது என மௌனம் காத்தார்கள்.

பெரும்பாலும் பழைய நினைவுகள், கட்சி, வாழ்வு, ஜீவா, பாலதண்டாயுதம், ஆர்.கே.கண்ணன், பாவலர் வரதராசன் எனப் புகை மாதிரி சுழன்று சுழன்று அந்த அறையை நிரப்பின அவர்கள் சொற்கள்.

ஒரு கட்டத்தில் எழுதியதை நிறுத்தினது போலவே வாசிப்பதையும் நிறுத்திக் கொண்டார். எந்தக் காலத்திலேயும் எந்தப் படைப்பாளிகளின் எழுத்து குறித்தும் கருத்து சொன்னதில்லை. ஆனால் சபையில், கூட்டங்களில், தனிப்பேச்சில் தனக்குச் சரியெனப்பட்டதைச் சொல்லத் தயங்கினதில்லை. அதன்மூலம் தான் எதிர்கொண்ட எதிர்வினைகளைப் பற்றிப் பெரிதாய் அலட்டிக் கொண்டதில்லை. கேட்பதை விடப் பேசுவதில் ஆர்வமுற்றிருந்தார்.

தன் ஜீவிதத்தின் ஒவ்வொரு நிமிடத்தையும் ஒரு கம்யூனிஸ்டாக வாழ முயல்பவன் என்றே தன்னைப் பற்றிய அந்தரங்க மதிப்பீடாய் வைத்திருந்தார். காங்கிரஸ் கரைபோட்ட துண்டு அவர் உடல்மீது படியாமல் விலகியே கிடந்ததாகத்தான் அவரை மதிப்பிட முடிகிறது.

தன் புனைவிற்கும், புனைவில்லாத எழுத்திற்குமென பிரத்யேக மொழியை ஜே.கே. எப்போதும் தேர்ந்தெடுத்ததில்லை. ஆனால் அவருடைய உரைக்கென யாராலும் நெருங்கமுடியாத, பாவனை போலொரு மொழி அவருக்கு வாய்த்திருந்தது. அது பாவனையல்ல. நிஜம். தன் இளமைக்காலங்களில் ஊர்ஊராய் அலைந்து திரிந்து மேடைகளில் மார்க்சிய உரைகேட்டுத் தான் ஸ்வீகரித்துக் கொண்ட கவித்துவமான உரைநடை. தன் மேடைப் பேச்சின் போது எங்கிருந்தோ வந்து ஒரு பெரும் பறவையின்சிறகடிப்போடு அவரிடம் படிந்து கொள்ளும்.

"ஜாதி, மத இனக் கலவரங்களில் மாறி மாறி மக்கள் கொல்லப்படுவதை விட பூகம்பம், நிலநடுக்கம், கடல் சீற்றத்தால் கூட்டம் கூட்டமாக எம்மக்கள் செத்தொழிவதில் எனக்குச் சம்மதமே" என்ற ஒரு பிரகடனத்தில் ஒரு படைப்பாளிக்குரிய ஆதங்கத்தையும்,

அவன் இச்சமூகத்தின்மீது வைத்திருந்த பேரன்பும் நம்மால் புரிந்து கொள்ள முடியும்.

தமிழ்ச் சமூகத்தின் மேன்மை குறித்து ஒரு பெருங்கனவு அவருக்கிருந்தது. குறிப்பாகத் தனிமனித சுதந்திரம், அவர் படைத்த பெண்களின் வெளி அதை நமக்கு உணர்த்தியது. ''அந்தரங்கம் புனிதமானது'' கதையில் அந்தப் பேராசிரியருக்கான வெளி நம் எல்லோருக்கும் தேவைப்பட்டது. குடும்பம் என்ற மூடலில் நாம் எல்லாவற்றையும் பறிகொடுத்துவிடத் தேவையில்லை என்பதை நாற்பது ஆண்டுகளுக்கு முன்பே நமக்குத் தன் படைப்பால் எச்சரித்துள்ளார்.

ஜே.கே. மறைந்தார் என்ற செய்தி கேட்டவுடன் அதையும் ஒரு கொண்டாட்டத்தின் நீட்சியாகவே என்னால் உணரமுடிந்தது.

இனி நண்பர்கள் இல்லாமல், சபை இல்லாமல், தனித்திருப்பாரே அதைத் தாங்குவாரா என நினைத்துக் கொண்டேன்.

அன்று சுட்டெரிக்கும் வெயிலில் பெசன்ட் நகர் மயானத்தை அடைந்தோம். ஒரு மேடை மீது பச்சை மூங்கிலால் அவசரமாகச் செய்யப்பட்ட ஒரு பாடையில் அவரைப் படுக்க வைத்திருந்தார்கள். நெற்றியில் விபூதியும், வழிந்த வாய்க்கரிசியுமாய் அவரைப் பார்க்க முடியாமல் முகம் திரும்பிக் கொண்டேன். நாற்பதாண்டுகளுக்கும் மேல் தமிழ்ச் சமூகத்தில் எத்தனை பெரிய அசைவுகளை உருவாக்கியவர்.

இப்படிக் கிடத்தப்பட்டுள்ளாரே என மனம் விம்மியது. எல்லோருக்கும் இதுதான் என நாம் அறியாததல்ல. ஆனாலும் நாற்பதாண்டுகளுக்கு மேல் தன் எழுத்தாலும், பேச்சாலும் சுழன்ற ஒரு சூறாவளியை மரணம் இப்படி வீழ்த்திப் படுக்கவைத்துவிட்டதே என பெரும் ஆதங்கம் எழுந்தது.

நெற்றி நிறைய விபூதி பூசி, வழியும் வாய்க்கரிசியோடு, சகல சடங்குகளையும் அவர்மீது திணித்ததை ஏனோ ஏற்கமுடியவில்லை.

இன்னும் நிதானமாக, கௌரவமாக, தமிழ்நாடெங்கும் பரவிக்கிடந்த அவர் வாசகர்கள், கலைஞர்கள், எழுத்தாளர்கள் வந்து அவர் உடலைத் தொட்டு அஞ்சலி செலுத்த நாம் இடம் தந்திருக்க வேண்டும். ஜே.கே. எப்போது தன் குடும்பத்து மனுஷனாய் இருந்திருக்கிறார்? அவர் எப்போதும் நண்பர்களுக்கானவர். எதிர்பார்த்தபடியே அரசு அவர் மரணத்தையும் புறக்கணித்து, தன் அநாகரிகத்தைச் சுடுகாட்டிலும் நிலை நாட்டியது.

''செத்தவருக்குச் சொந்தக்காரங்களைத் தவிர மத்தவங்க கீழ ஏறங்கிடுங்க'' என இறுதிச் சடங்கை நடத்தினவர் சொன்னபோது துக்கம் மேலிட நான் முணுமுணுத்தேன்.

''செத்தவனுக்கு நாங்கதாண்டா சொந்தக்காரங்க''

எங்களை இடித்துத் தள்ளிக்கொண்டு ஒரு நடுத்தரவயது பெண் மேடையை நோக்கி ஓடினாள். அவள் புரண்டு அழ அந்தச் சூழல் முற்றிலும் அனுமதி மறுத்தது. ஆனாலும் அப்பெண் எல்லாவற்றையும் மீறினாள்; ஜே.கே.வின் எழுத்துக்களைப் போல.

அம்ருதா மாதஇதழ்

தம்பி

ஈரோட்டிற்கும் திண்டிவனத்திற்கும் இடையே ஏதோ ஓர் இடத்தில் ஓர் அசோக மரத்தினடியில் இருந்து இதை எழுத நேர்ந்த துரதிஷ்டம் பிடித்தநாள் இந்தச் சனிக்கிழமை.

தன் வாழ்நாளெல்லாம் அதைக்கண்டு ஓடியொளிந்த ஒரு குழந்தையிடம் போய் ஈவிரக்கமின்றி தன் சகல அகங்காரத்தையும் காட்டி நின்றிருக்கிறது மரணம்.

நாற்பத்தியோரு வயதிற்குள் முத்துக்குமார் அடைந்த உயரமும், அவன்மீது விழுந்த வெளிச்சமும் அவனாலேயே இறுதிவரை நம்ப முடியாதது.

ஓர் அடர்மழை பிடித்துப் பெயர்ந்த ஒரு முன்னிரவில் தன் நண்பன் நந்தலாலாவோடு என் வீட்டிற்கு நனைந்த உடம்போடு வந்து நின்று,

''ஒரு துண்டு கொடுண்ணே, என் பேரு முத்துக்குமார், என் தூர் கவிதையை நீ எல்லா மேடைகள்லேயும் சொல்றீயாமே, தோ இப்ப எனக்கும் சொல்லு''

என்ற கணம், அண்ணன் தம்பிகளற்ற எங்கள் வாழ்வில் அவனுக்கு அவ்விடம் தரப்பட்டது.

நானும், ஷைலஜாவும் எங்கள் கைபேசி பெயர் சேகரிப்பில் அவன் எண்ணைத் 'தம்பி' என்றே பதிந்திருக்கிறோம்.

எதிலிருந்தும் சட்டெென விலகித் தனித்திருப்பதையே எப்போதும் விரும்புவான். அந்த வெள்ளெலி உணவு சேகரிப்பதற்காகவே வயல் வரப்புகளில் மேயும். மற்றபடி அது தன் ஈரம் படர்ந்த பொந்துக்குள்தான் எப்போதும் இருக்க விரும்பும்.

தன் மூன்றரை வயதில் பள்ளியிலிருந்து பாதியில் வீட்டிற்குத் தன் மாமாவின் சைக்கிளில் அழைத்துவரப்பட்டு, வீட்டுவாசலில் அம்மாவின் உடல் பூமாலைகளுக்கு இடையே கிடத்தப்பட்டிருப்பதை வெறித்துப் பார்க்கப் பார்க்க, யாரோ ஒரு அத்தையால் கைபிடித்து அழைத்துப் போகப்பட்டு ஒரு கரும்புத் துண்டு கைகளில் திணிக்கப்பட்ட நாளில், அவன் இந்த வாழ்வின் எல்லாக் கசப்பையும், ஏதோ ஒரு இனிப்புச் சுவை கொண்டு ஏமாற்றக் கற்றுக் கொடுக்கப்பட்டவன்.

புத்தகங்களை மட்டுமே தன் வாழ்நாளின் ஒரே சொத்தாகப் பாவித்த அப்பாவின் நிழல்தான் இன்றளவும் அவன் தேகத்தின் மேல் படிந்திருப்பது.

முத்துக்குமாரின் பால்யம் அம்மாவின மடியற்றது. அப்பாவின் பேரன்பைத் தாங்க முடியாதது. தன் வயதையொத்த நண்பர்களால் குதூகலமான உலகத்துக்கு அழைத்துச் செல்லப்பட்டது. ஆனாலும் அவன் வசிப்பிடம் அந்த எலி பொந்துதான்.

வளர்ந்து ஆளானபின் அவன் ஷைலஜாவை அக்கா அக்காவென வாய்நிறைத்து அழைத்தாலும் அவளுக்கான இடம் தன் அம்மாவுடையது என்பதை அவர்கள் இருவருமே அறிந்திருந்தார்கள்.

பிறந்து ஐந்து மாதங்கூட தன் மகள் கருவில் உருவாகிவிட்டாள் என்ற செய்தியை ஒரு அதிகாலையில்,

''அக்கா எனக்கு ஒரு ஆனந்த யாழ் பிறக்கப் போறா'' என அவன் அவளுக்கே முதன்முதலில் சொன்னான்.

நானறிந்து அவன் அப்பா அவனை ஒரு கோழிக்குஞ்சைப் போலத் தன் செட்டைகளின் இதமான சூட்டிலேயே கடைசிவரை வைத்திருந்ததும். தன் மகன் ஆதவனை, ஒரு கங்காரு தன் குட்டியை வயிற்றுக்குள்ளேயே சுமப்பதை மாதிரி முத்துக்குமார் சுமந்ததும் வேறு யாராலும் அடைய முடியாத உறவின் உச்சம். தான் ஒரு கவிஞன் மட்டுமே என ஒவ்வொரு விநாடியும் தனக்குள்ளேயும், பொதுவெளியிலும் சொல்லிப் பார்த்துக் கொண்டவன். சமூகம் தன் பாடலுக்காகத் தன்னைக் கொண்டாடியபோதெல்லாம் கூச்சப்பட்டு அதே பொந்துக்குள் ஓடி ஒளிந்துகொள்ள முயன்றவன்.

''நீ இ.பி.ல தானேண்ணா வேலை பாக்குற. எவனாவது உன்னை இ.பி.க்காரன்னு சொல்றானா? நான் சினிமாவுக்குப் பாட்டெழுதுறேன். என்னை மட்டும் ஏன்னா பாடலாசிரியன்னு சொல்றாங்க. அப்படி சொல்ற எவன் முன்னும் என் கவிதைத் தொகுப்புகளை எடுத்து வன்மத்தோடு வீசுவேன்''

'கவிஞன்' என்ற ஒரு சொல்லின்மீது அவனுக்கிருந்த அதீத வெறியும், அது கலையும்போது அவனுக்கேற்பட்ட ஆற்றாமையும் சொல்லில் அடங்காதது.

முத்துக்குமாரின் உலகம் சமூகம் சார்ந்ததல்ல. தன் உரைநடையில் இரண்டாமிடத்தையே எப்போதும் சமூகத்திற்கென ஒதுக்கி வைத்திருப்பான். முதலிடம் தன் ரத்த உறவுகளுக்கு.

அப்பா நாகராஜில் ஆரம்பித்து ஆதவனில் தொடர்ந்து அவனுக்கு எத்தனை சித்திகள்? எத்தனை அத்தைகள்? எத்தனை மாமாக்கள்? எங்கெங்கோ பூமிக்கடியில் அக்குடும்ப வேர்களுக்கு அவன் மட்டுமே கடைசிவரை நீர் வார்த்தான். மழை அரிப்பின் அதன் மண் அரிப்புக்குத் தன் சதையையே மண்ணாக்கி வேர் காத்தான். அதனால்தான் அவன் எழுத்து அதைச் சுற்றியே சுழன்றது.

பிரத்தியேகமான சில குணாம்சங்களைக் கொண்டிருந்தவன். எங்கள் வீட்டில் ஒரு காலையில் உணவருந்திவிட்டு அவன் போன பத்தாவது நிமிடத்தில் அதற்காகவே காத்திருந்தது போல் வந்து சூழ்ந்த வெறுமையை, ஒரு தொலைபேசி அழைப்பில் துடைத்தெறிந்தவன்.

"அக்கா, என் ஆனந்த யாழ் பாட்டுக்கு நேஷனல் அவார்டு"

அவ்வளவுதான். கவிஞர்கள் எப்போதும் வார்த்தைக் கருமிகள்தான். அதிலும் என் தம்பி முத்துக்குமார் மகா கருமி.

நானும், நண்பர் எஸ்.கே.பி. கருணாவும்தான் அவன் திருமணத்தின் மாப்பிள்ளைத் தோழர்கள். அங்கு குவிந்த திரைப்பட நட்சத்திரங்களின் வருகை அவனை இம்மியளவும் ஈர்க்கவில்லையென்பதைக் கவனித்தேன். அப்போதும் தன் ஆயாவின் கைகளைப் பற்றிக்கொண்டு மண்டபத்துக்கு எதிரே ஒரு ஓரமாக நின்றிருந்த கிராமத்துப் பையனின் ஆழமான உறவை தன் ஆயாவிடம் அவன் காட்டிய நெருக்கத்தில் கண்டிருக்கிறேன்.

அவன் எப்போதுமே யாருமே கணிக்க முடியாத ஒரு கணத்தால் நம்மைக் கடப்பான்.

கணையாழி விழாவில் சுஜாதா அவனுடைய தூர் கவிதையை வாசித்து, 'இதை எழுதியது யாரெனத் தெரியாது. இக்கூட்டத்திலிருந்தால் மேடைக்கு வா' என அழைத்தபோது, ஒரு கவிதை மட்டும் எழுதிய அப்பாவிப் பையனாய் மேடையேறி கூட்டத்தைப் பார்த்து மலங்க மலங்க முழித்தபோது, யாரோ ஒருவர் தன் பாக்கெட்டிலிருந்து 1000 ரூபாயை அக்கவிதைக்காக அவனுக்குப் பரிசளித்தபோது, கவனமாக அம்மேடையில் நின்று தொகை சரியாய் இருக்கிறதாவென எண்ணிப்பார்த்த வினாடி எதிரில் எழுந்த கைத்தட்டல்களையும், சிரிப்பொலியையும்,

'இத்தொகையை கணையாழியின் வளர்ச்சி நிதிக்குத் தருகிறேன்'

எனச் சொல்லி மௌனமாக்கியவன்.

அவனை யாராலும் அவதானித்துவிட முடியாதபடி வாழ்வாற்றில் தன் போக்கில் போய்க் கொண்டிருந்த குழந்தை அது.

தன் சக படைப்பாளிகளில் வறுமையிலிருப்பவரென அவன் கருதிய எல்லோருக்கும் தன்னிடம் வந்த பாடலுக்கான பணத்தைப் பகிர்ந்து தந்திருக்கிறான்.

தன் உடம்பில் ஒரு புற்றுமாதிரி உருவாகி தினம் தினம் வளர்ந்த தனிமைக்குத் தின்ன, தன்னையே கொடுக்கமுடியாத ஒரு தருணத்தில்தான் அவன் குடிக்க ஆரம்பித்திருக்க வேண்டும்.

நானும் ராமசுப்பும் (இயக்குனர் ராமை, முத்து எப்போதும் அப்படியே அழைப்பான்) அவன் குடிக்கான காரணத்தைக் கடைசிவரை மையப்படுத்த முடியாமல் தவித்திருக்கிறோம்.

எங்கோ ஒரு அடி (அது நிச்சயம் தன் உறவிலிருந்து மட்டுமே) எப்போதோ பலங்கொண்ட மட்டும் அவனுக்கு விழுந்திருக்கிறது. அதன் வலியை ஒரு சிறுவனால் வளர்ந்த பின்னும் தாங்க முடியவில்லை. அதன் ரணம் எப்போதுமே, எதனாலுமே ஆற்ற முடியாதது. தன் குடியால் அதை ஆற்றிவிட முடியுமென நினைத்த அறியாத குழந்தைதான் அவன்.

தொடர் வாசிப்பை எதன் பொருட்டும் இழந்தவனில்லை. அலைவுறும் தன் திரைப்பட வாழ்வை, பணம் தருகிறது என்பதால் மட்டுமே ஏற்றுக் கொண்டவன்.

'சென்னைக்கு வெளியே ஏதாவதொரு நகரத்து அரசுக் கல்லூரியில் தமிழ் சொல்லிக் கொடுக்கணும்ணே. அதான் என் ஆசை'

முத்துக்குமார் என்ற அக்கவிஞன் பெருங்கனவுகள் எதுவுமற்றவன். கையில் சேரும் பணத்தைக் காக்கைகளுக்கும் பங்கு வைப்பவன்.

உறவுகள் தொப்புள் கொடியைப்போல அவனைச் சுற்றியிருந்ததை ரகசியமாக ரசித்தவன்.

தான் எத்தனை படித்திருக்கிறோம் என்பதை மேடையில் உரத்த வார்த்தைகளில் சொல்லத் துணியாதவன். ஒரு குழந்தையின் ஒரு நிமிட இடுப்பசைவு மட்டுந்தான் அவன் மேடைப்பேச்சு. அதற்கு மேலில்லை. குழந்தையின் நடனம் பார்க்க எதிர் பெஞ்சில் வெகுநேரம் உட்கார்ந்திருக்கும் ஒரு அப்பாவுக்கு அது போதும். அது மட்டுமே போதும்.

அப்படித்தான் எங்களிடமிருந்து ஒரு நிமிட இடைவெளியில், நின்றெரியும் நாடக மேடை விளக்கொளியைப் போல் எங்கள் நட்சத்திரம் மறைந்தது.

ஆனந்தவிகடன்

தேசாபிமானி வாரஇதழ்கள்

உயிர்ப்புள்ள கதைகளைக் கேட்க மனிதர்கள் வருவார்கள்

நேர்காணல்

கேள்விகள் : இவள்பாரதி

எழுத்தாளர், பேச்சாளர், இப்போது கதை சொல்லியென, தன் பயணத்தில் புதிய புதிய பரிணாமங்களை நோக்கிப் பயணிக்கும் பவாசெல்லதுரை, திருவண்ணாமலையின் அடையாளம்.

ஒரு வருடத்திற்கும் மேல் சொந்த ஊரில் நடக்கும் பவாவின் 'கதை கேட்க வாங்க' நிகழ்வைத் தொடர்ந்து இப்போது சென்னையிலும் 'பவாவின் கதை வெளி'க்காகத் தன் கதைகளைச் சொல்லி முடித்த ஓர் இரவில் ஆடுகளத்திலேயே அப்படைப்பாளியைச் சந்தித்தோம்.

கேள்வி: எழுதுவதோடு எழுத்தாளனின் பணி நிறைவடைந்து விடுகிறது. அதைத் தாண்டி; கதைகளை ஏன் சொல்ல வேண்டுமெனத் தோன்றியது உங்களுக்கு?

இரண்டு வருடங்களுக்கு முன் ஒரு புழுக்கமான இரவில் என் நண்பன் ஜே.பி. என்னை அழைத்து நீ எங்களுக்குச் சொல்லும் கதைகளை ஏன் இன்னும் கொஞ்சம் விரிவாக்கி ஐம்பது நூறு பேருக்குச் சொல்லக்கூடாது எனக்கேட்ட நிமிடம் அது பிடித்துப் போனது.

அந்த வாரமே திருவண்ணாமலையில் சேஷாத்ரி ஆஸ்ரமத்திற்கு எதிரிலுள்ள 'குவா வாடீஸ்' பல்சமய உரையாடல் மையத்தில் அந்நிகழ்வை நடத்துவதென அவன் முடிவெடுத்து மரங்களும், செடிகளும், சிற்பங்களும், ஓவியமுமாய் நிறைந்திருக்கும் அவ்வளாகத்தில் நான் எனக்குப் பிடித்தமான எழுத்தாளரின் மூன்று கதைகளைச் சொன்னேன். அறுபது எழுபது பேர் பார்வையாளர்களாய் வந்திருந்தார்கள். அவர்களில் பலரும் என்னை இருபது வருடங்களுக்கும் மேல் பின்தொடர்பவர்கள் என்பதை அறிய சந்தோஷமாயிருந்தது.

அடுத்த பதினைந்தாவது நாள், அடுத்த கதை சொல்லல். இப்போது பார்வையாளர்களின் எண்ணிக்கை நூற்றி ஐம்பதைத் தாண்டியிருந்தது. பயணம் சரியான பாதையில்தான் என்பது நிச்சயமானபோது உற்சாகம் எங்கள் இருவரையுமே தொற்றிக் கொண்டது. இப்போது 10 நிகழ்வுகளை முடித்து விட்டோம். அதிகபட்சமாக 300 பேர் வரை பங்கெடுக்கிறார்கள்.

கதைகளை வாசிப்பது என்பது ஓர் அனுபவம். கேட்பது அதற்கும் மேலே என நினைக்கிறேன். நாம் எல்லோருமே கதை கேட்டு வளர்ந்த மரபில் வந்தவர்கள். அது விடுபட்டுப் போன ஏக்கம் ஒவ்வொரு ஆழ்மனதிலும் இப்போதும் இருக்கிறது. நான் அதைக் கதைகள் சொல்லி நிரப்புகிறேன் எனத் தோன்றுகிறது.

அந்நிகழ்வின் காணொளிக் காட்சியை வம்சி உடனேயே youtube-ல் பதிவேற்றுகிறான். உலகின் பல நாடுகளில் இருந்தெல்லாம் அதற்குப் பாராட்டுகளும், தொலைபேசி அழைப்புகளும் தொடர்ந்த வண்ணமிருக்கின்றன. எனக்கான கைகுலுக்கல்களும், பாராட்டுகளும் இந்த முப்பது வருடங்களில் இல்லாத அளவுக்குப் பெருகியிருக்கிறது.

கதைகளை மனிதர்கள் தொப்புள்கொடியறுத்த குழந்தைகளைத் தங்கள் கைகளில் ஏந்துவதைப் போல ஏந்திக் கொள்கிறார்கள்.

இதோ இப்போது என்னை இதுவரை நேரில் சந்தித்திராத, பத்து வருடங்களுக்கும் மேல் என் எழுத்தை மட்டுமே பின் தொடரும், சென்னைப் பல்கலைக்கழக முனைவர் பட்ட ஆய்வு மாணவர்கள் ரீகன், தன் நண்பர்களோடு சேர்ந்து சென்னையில் 'பவாவின் கதை வெளி'யென ஒரு நிகழ்வைத் துவங்கியிருக்கிறார்கள். இது மாதத்திற்கு ஒருமுறை நடக்கும். நீங்கள் பார்க்கிற இம்முதல் நிகழ்வில் அறுபது பேர் இருக்கிறார்கள். அடுத்த நிகழ்விலேயே இது முன்னூறைத் தாண்டும். சென்னையின் பரபரப்பும், சலிப்பும் நிறைந்த வாழ்வு உயிர்ப்புள்ள கதைகளைக் கேட்க, மனிதர்களை உந்தும். கேளிக்கைகளை உதறிவிட்டு வாழ்வின் உயிர்த் துடிப்புகளின் சப்தமெடுத்த குழந்தைகளோடு அப்பாக்களும், அம்மாக்களும் வருவார்கள்.

கேள்வி : நீங்கள் ஒருங்கிணைக்கும் 'நிலம்' இலக்கிய நிகழ்வுகள் இப்போது பெரிதும் கவனப்படுத்தப்படுகின்றன. அதில் என்ன அத்தனை சிறப்பு?

சு.ரா. கம்யூனிஸ்டுகளை இலக்கியத்தில் கால் நனைப்பவர்கள் என்று சொல்வார். மக்களுக்கான அடிப்படை வாழ்வாதாரமே கேள்விக்குறியாகிப் போன ஒரு தேசத்தில் இங்கிருந்து அதை எழுதும் ஓர் எழுத்தாளன் அவர்களோடு இருந்து மட்டுமே இயங்கவும், எழுதவும் முடியும்.

என்ன காரணமென மையப்படுத்த முடியவில்லை, என் வாழ்வில் எல்லா தருணங்களும் இலக்கியம் மட்டுமே நிரம்பியிருக்கிறது. தொடர்ந்து கலை இரவுகள், முற்றம் என தமுஎசவில் இருந்தபோது முன்னெடுத்தவை இன்னும் தமிழ் கலை இலக்கிய உலகில் நினைவு கூறப்படுகிறது.

இப்போது 'நிலம்' செலவுகளைக் கருதி 'வம்சி புக்ஸ்' மாடியிலேயே நடத்துவதென முடிவெடுக்கப்பட்டது. ஆறு நிகழ்ச்சிகள் நிறைந்திருக்கின்றன.

அது ஒரு பெரும் அனுபவமாக மாறுகிறது. சூழலும், நாங்கள் பயன்படுத்தும் ஆரஞ்சு வண்ணக் குறைந்த ஒளியும், மலை மங்கலாகத் தெரியும் மொட்டை மாடியும், ஒரு படைப்பாளியின் ஆழத்திலிருந்து சொற்களைக் கோருகிறது.

கடந்த நிகழ்ச்சியில் எஸ்.ராமகிருஷ்ணன் காப்ரியேல் கார்சியா மார்க்விஸ் - இன் படைப்புலகம் பற்றி இரண்டு மணிநேரம் பேசினார். ஒரு சிறு அசைவில்லை. மாடியைத் தாண்டி வராண்டாவிலும், தெருவிலும் வரை மனிதர்கள் நின்று கேட்டார்கள். ராமகிருஷ்ணன் சொன்னார், ‘இருபது வருடங்களுக்கு முன் இங்குதான் போர்ஹேவைப் பற்றிப் பேசினேன். இப்போது மார்க்விஸ். சென்னை உட்பட தமிழ்நாட்டின் எந்நகரமும் என்னை இவர்களைப் பற்றிப் பேச அனுமதித்ததில்லை. அதனால்தான் இந்நகரைத் ‘தமிழ்நாட்டின் டப்ளின்’ எனச் சொல்லுகிறேன்’ முப்பது வருட உழைப்பு இருநூறு பேரை நுட்பமான பார்வையாளர்களாக மாற்றியிருக்கிறது.

கேள்வி : கதை சொல்லுதல், கூட்டம் நடத்துதல், தினம் தினம் உங்கள் வீட்டை நோக்கி வரும் இலக்கியவாதிகள், திரைப்பட ஆளுமைகள், வாசகர்கள் இவர்களை போஷித்தல் என்றிவை உங்கள் படைப்பின் கூர்மையை மழுங்கடிக்கவில்லையா?

மாறாகக் கூட்டுகிறது என நினைக்கிறேன். படைப்பே மனிதத் திரளும், அவர்களின் வாழ்வும்தானே. மனிதர்களற்ற, அவர்களின் முரணற்ற, ஈரமிக்க, வன்மம் நிறைந்த வாழ்வைத்தானே எத்தனை முக்கியமான எழுத்தாளனும் எழுத முடியும்?

இயல்பாகவே அது என் வாழ்வோடு இருக்கிறது. என்னைச் சுற்றிலும் மனிதர்கள் எப்போதும் இருக்க வேண்டுமென நினைப்பவன் நான். ஒவ்வொருவர் மீதிருந்து வரும் வாசனையும், வார்த்தைகளும், உடல்மொழியின் லாவகமுமே என் படைப்பின் நகர்வு.

பிரத்யேகமான என் நிலப்பரப்பையும், அதன் ஜீவனுள்ள மனிதர்களையும், மட்டுமே எழுதி முடித்தால் அது உலகின் எந்தப் பேரிலக்கியத்துடனும் வைத்துப் பார்க்கத்தகுந்த தகுதி பெறும்.

எங்கள் பஸ் ஸ்டேண்டில் இரவு 12 மணிக்கு மேல் அதிகாலை ஐந்து மணிவரை மனிதர்கள் பெட்டி, படுக்கையுடன் கூட்டம் கூட்டமாக ப்ளாட்பாரத் தரையில் படுத்துக் கிடப்பதைப் பார்க்கலாம்.

அவர்கள் எல்லோரும் தங்கள் சொந்த கிராம மண்ணை, மனிதர்கள், பங்காளிகளை, ஆசையாய் வளர்த்த ஆடு, மாடுகளை தினம்தினம் ஒரு எட்டு போய் கால் நனைத்து வந்த பம்புசெட் வாய்க்கா தண்ணியையெல்லாம் நிராகரித்துவிட்டு ஏதாவதொரு கட்டணம் குறைந்த பேருந்தில் ஏறி பெங்களூருக்கோ, சீமோகாவுக்கோ கூலிகளாய்ப் போவதற்காகப் படுத்துக் கிடக்கிறார்கள்.

அங்கு அவர்களுக்குக் குளிக்க, வெளிக்குப் போக, படுக்க, உறவு கொள்ள, முத்தம் தர எதற்கும் இடமில்லை, ஆனாலும் இந்தச் சொந்தமண் நிராகரிப்பும், ரணத்தை நோக்கிய பயணமும் எதற்கு? வயிற்றுக்குத்தான். இதையெல்லாம் எழுத முடியாத கைகள் எதற்கு? இதையெல்லாம் எழுதாமல் நான் வேறெதை எழுதிவிடப் போகிறேன். என் 'ஏழுமலை ஜமா' இதன் ஒரு சிறு துளிதான்.

கேள்வி : விவசாய வாழ்வு உங்களுடையது. அரசுப் பணியிலும் இருக்கிறீர்கள், இதற்கெல்லாம் ஏது நேரம்?

என் அப்பா அம்மாவுடையதுதான் நிலம் சார்ந்த வாழ்க்கை. அப்பா ஆசிரியராக இருந்ததெல்லாம் பெயரளவுக்குத்தான். எப்போதும் நிலம், ஆயில் இஞ்சின், கமிட்டிக்கு மல்லாட்டை ஏற்றுவது என தினங்கள் அவரைக் குஷிப்படுத்தின நாட்களை அருகிலிருந்து உள்வாங்கியிருக்கிறேன்.

அவர் எங்களுக்குக் கொடுத்துப்போன நிலத்தில் ஒரு சென்ட்டையும் எத்தனை கஷ்டத்திலும் விற்கவில்லை. மேம்படுத்தியிருக்கிறோம்.

ஆறு மாதத்திற்கு முன் சென்னையிலிருந்து வந்த நண்பர் வி.பி.ராஜ் (பெசன்ட் நகரில் ‘க’ என்ற பெயரில் ஆர்கானிக் ரெஸ்ட்டாராண்ட்) இந்த நிலத்திலிருந்து ஒரு பகுதியை எங்களிடம் கேட்டார். அவர் கடந்த பதினைந்தாண்டுகளாக இயற்கை வேளாண்மை, சூழல் என அதற்காகவே தன்னை ஒப்புக்கொடுத்த மனிதர். எதுவும் பேசாமல் நாங்கள் நிலம் தந்தோம்.

நிலத்தில் இயற்கை வேளாண்மைக்கென ஒரு பள்ளியைக் கட்டத் துவங்கியிருக்கிறார். எங்கள் கிராமங்களில் யாரையெல்லாம் படிப்பு வராது என வெளியேற்றப் பட்டார்களோ, யாரையெல்லாம் மாடு மேய்க்கத்தான் லாயக்கு என ஒதுக்கினார்களோ அவர்களே இப்பள்ளியின் இயற்கை விவசாய மாணவர்கள். ஒரு பைசா கட்டணமின்றி இவர்கள் விவசாயத்தில் நாம் இழந்தவைகளை மீட்டெடுக்கப் போகிறார்கள். பாமயனில் ஆரம்பித்து நம்மாழ்வாரின் பல மாணவர்கள் இதில் ஆசிரியர்களாகப் பங்காற்றுவார்கள்.

சிறிய துவக்கம்தான். ஆனால் பெரிதாய் வளர்வோம். அதனூடே ஒரு திரைப்படப் பயிற்சி கல்லூரிக்கும் (இதுவும் கட்டணமின்றிதான்) முயல்கிறோம். நண்பர்களின் வலு மிகுந்த கைகள் பலம் சேர்க்கின்றன.

காலை ஐந்து மணிக்கு எழுகிறேன். நடைப் பயிற்சியெல்லாம் இல்லை. நிலத்தில் வேலைகளினூடே நடந்துவிடுவேன். பத்து மணிவரை நிலத்திலிருப்பேன். அங்கிருக்கும் ஒவ்வொரு மரமும், செடியும், மாடும், கன்றும் கோழிகளும் வாத்துகளும் என் ஸ்பரிசம் பட்டே வளர்ந்தவை.

பத்து மணிக்கு அலுவலகம். அது எனக்குள் ஒட்டவேயில்லை. ஆனாலும் என் வேலைகளைப் பிசாசு மாதிரி செய்து முடிப்பேன்.

மாலையில் மீண்டும் நிலம். விவசாய வேலைகள் என்பது முற்றுப் பெறாதது. தொடர்ச்சியாக அதில் நீங்கள் வேலை செய்து கொண்டேயிருந்தால் ஏதோ ஒருநாள் ஒரு அபூர்வ மலர்

உங்களுக்காகப் பூக்கும். ஒரு கொய்யாப்பழம் மரத்தில் பழுத்து உங்கள் கைகளில் விழும். ஒரு மா மரத்தடி வேரில் எனக்கே எனக்கென ஒரு பழத்தை மறைத்து வைத்திருக்கும்.

இதையெல்லாம் சொல்லச் சொற்கள் இல்லை. எத்தனை மல்லுக்கட்டினாலும் விவசாய வாழ்வு, எத்தனை இனிது என்பது வலிநிறைந்த விவசாய வாழ்விலிருந்தே உணரமுடியும்.

இரவு பன்னிரெண்டுவரை வாசிப்பும் எழுத்தும். அது அடுத்தடுத்த நாட்களை நனைத்துக்கொள்ள, மனிதர்கள் மீதான நேசத்தை இன்னும் அதிகமாக்கக் கற்றுத்தருகிறது.

இதற்கு நடுவில்தான் தேடிவரும் நண்பர்களைக் கவனித்துக் கொள்கிறோம். ஷைலஜாவும், வம்சியும், மானசியும் என் மனநிலையிலேயே இயங்குவதால் இதெல்லாம் சாத்தியமாகிறது. இதன் விரிவாக உத்ரா, கே.வி. ஜெயஸ்ரீ, சுகானா, அமரபாரதியென அவர்களின் பங்களிப்பும் இருக்கிறது.

எப்போதுமே நான் இலக்கியத்திற்கும் வாழ்விற்குமான இடைவெளியை இட்டு நிரப்புபவனல்ல. கோடுகள் இல்லாக் குடும்பமாகத்தான் இதை நாங்கள் வைத்திருக்கிறோம்.

கேள்வி : நவீன மலையாள இலக்கிய உலகத்தோடு உங்களுக்குள்ள தொடர்புகள் பற்றி...

பால் சக்காரியாவின் 'யாருக்குத் தெரியும்?' கதையை 'சதுரம்' இதழில் படித்தவுடன் ஏற்பட்ட தொடர்பு அது. ஆனந்தின் 'நான்காவது ஆணி' படித்து இதெல்லாம் எப்படிச் சாத்தியம் என்ற வியப்பில் அவர்களைத் தேட ஆரம்பித்தோம்.

எம்.டி.வி. சக்காரியா, பாலச்சந்திரன் சுள்ளிக்காடு, என்.எஸ். மாதவன், கே.ஆர். மீரா, சந்தோஷ் ஏச்சிக்கானம், மனோஜ் குரூர், ஏ.அய்யப்பன் என இருபதுக்கும் மேற்பட்ட நவீனப் படைப்பாளிகளின் படைப்புகளை என் மனைவி கே.வி. ஷைலஜாவும்,

அவள் சகோதரி கே.வி. ஜெயஸ்ரீயும் 20 புத்தகங்களாகத் தமிழுக்குக் கொண்டு வந்திருக்கிறார்கள். அது இன்னும் விரிவாகி ஜெயஸ்ரீயின் கணவர் உத்திரகுமாரனும், மகள் சுகானாவும் இப்போது இரு புத்தகங்களை மொழிபெயர்த்து முடித்திருக்கிறார்கள். சுகானா மொழிபெயர்ப்பில் வரப்போகும் 'அசோகன் சருவில் கதைகள்' தமிழை நோக்கிப் புதிய அலைகளைக் கொண்டுவரும்.

மலையாள வாசகர்கள் நிறைய பேருக்கு இப்போது என்னைத் தெரியும். தேசாபிமானி, சந்திரிகா போன்ற புகழ்பெற்ற இதழ்களில் வந்த என் பத்திகளும், கதைகளும், கட்டுரைகளும் அவர்களை என்னிடம் நெருக்கமாக்கியிருக்கிறது. தினமும் ஆறேழு மலையாளக் குரல்களையாவது என் தொலைபேசி வழியே தரிசிக்கிறேன். திருவண்ணாமலைக்கு அங்கிருந்து வரும் படைப்பாளிகளின் எண்ணிக்கை நாளுக்குநாள் கூடுகிறது.

சமீபத்தில் மனோஜ் குரூர் சங்க இலக்கியத் தமிழ்வாழ்வை முன்வைத்து எழுதிய 'நிலம் பூத்து மலர்ந்த நாள்' வெளியீட்டு விழாவிற்கு வந்த சந்தோஷ் ஏச்சிக்கானத்தின் கைகளை ஒரு அதிகாலையில் ஜெயஸ்ரீ வீட்டில் வைத்துப் பற்றினேன்.

நான் ஸ்பரிசிப்பது நின்றெரியும் ஒரு 'தீ ஜுவாலையை' என்பதை உணர்ந்தேன். அன்றிரவு நடந்த அப்புத்தக வெளியீட்டில்,

"இலக்கியம் படியாத உடல்கள் குருடர்களையும் ஆண்மையற்றவர்களையுமே பிரசவிக்கும்" என அவர் பேசியபோது ஏற்பட்ட அதிர்வு என்னிலிருந்து என்றும் அகலாது. அவருடைய 'ஒற்றைக்கதவு' தமிழில் கே.வி.ஜெயஸ்ரீயால் மொழிபெயர்க்கப்பட்டுள்ளது. அக்கதைகள் முழுக்க எரியும் மனதிலிருந்து எழுந்த தீதான். அன்று பின்னிரவுவரை எங்கள் வயல்வெளியில் மினுக்கிட்டாம் பூச்சிகள் தந்த வெளிச்சத்தினூடே அவருடன் நடந்து பேசித் தீர்த்த இலக்கியங்கள் வேறு யாராலும் அடையமுடியாத அனுபவங்கள்.

இருபது வருடங்களுக்குமுன் கேரளாவின் நெருப்பென பாலச்சந்திரன் சுள்ளிக்காட்டைச் சொல்வார்கள். இப்போது சந்தோஷ் ஏச்சிக்கானம். ஐம்பது படங்களுக்குக் கதை வசனம் எழுதியிருக்கிறார். 'அதெல்லாம் ஒன்றுமில்லை பவாண்ணா, என் கதைகள் மட்டுமே எனக்கான தகுதி, அங்கீகாரம், பெருமிதம்' எனச் சொல்லும் அவரின் மொத்தக் கதைகளையும் ஜெயஸ்ரீ மொழிபெயர்க்கத் துவங்கியிருக்கிறார். திருவண்ணாமலை தமிழ், மலையாள இலக்கியங்களை இணைக்கும் மனப்பாலமாக மாறியிருக்கிறது.

கேள்வி : உங்கள் குடும்பச் சூழல் எப்படி இவற்றை எதிர்கொள்கிறது?

என் குடும்பம் என்பது ஷைலஜாவும், வம்சி, மானசியும் மட்டுமல்ல. அதன் விஸ்தீரனம் இன்னும் விரிவானது. ஜெயஸ்ரீ, உத்ரா, சுகானா, அமரபாரதியில் ஆரம்பித்து, பீனிக்ஸ், மீனா, அபிதா, காயத்ரி, கார்த்தி, கிருஷ்ணமூர்த்தி, ஷபி என நண்பர்களாலானது. குடும்பத்திற்கும் இலக்கியச் செயல்பாட்டிற்குமாக மெல்லிய கோடுகளற்ற வாழ்வுதான் இயல்பாகவே அமைந்திருக்கிறது.

ஒரு படைப்பாளியின் மன அலைவுறுதலை எப்படி ஆராதிக்க வேண்டுமென அடிப்படையிலேயே கலை மனமுள்ள ஷைலஜாவுக்குத் தெரியும்தானே! அதனால் எந்தப் பிரச்சனைகளுமின்றி இதையெல்லாம் ஒரு குடும்பமே மேற்கொண்டு எடுத்துச்செல்ல முடிகிறது.

நகை, பணம், வீடு, சொத்து எனச் சுருங்கிப்போன லௌகீகங்களின் மீதான நாட்டமுடைய ஒரு குடும்பச் சூழல், துரதிஷ்டவசமாக எனக்கு அமைந்திருந்தால் தற்கொலை செய்து செத்துப் போயிருப்பேன்.

கேள்வி : விவசாயி, அரசு அலுவலர், எழுத்தாளன், கதைசொல்லி, இலக்கியச் செயற்பாட்டாளன். இதில் யார்தான் நீங்கள்?

எல்லாமும்தான். நடுநிசிகளில் வாய்க்கால் நீர், காலில் நனைய அப்பாவோடு சேர்ந்து வயலுக்குத் தண்ணிகட்டிய அனுபவமேறிய பால்ய உடல் என்னுடையது. அது ஊறிப் போயிருக்கிறது. அதிலிருந்துதான் நான் உருவானேன். விவசாயத்தை மட்டுமே பிரதானத் தொழிலாகக் கொண்டு இந்தியாவில் வாழமுடியாத துயர வாழ்வை என் அரசு வேலைதான் மாற்றியமைத்தது. அலுவலகத்தின் ஒரு துரும்புகூட என் மனதில் ஏறவில்லை. அது பிழைப்பதற்கான ஒரு நேர நிரப்புதல் அவ்வளவுதான்.

விவசாய வாழ்வும், அலுவலகச் சூழலும் எனக்குக் கதைகளைத் தருகிறது. நான் எழுதுவதற்கும், சொல்வதற்குமான ஜீவ ஊற்று இங்கிருந்துதான் நா நனைக்கிறது.

இதுவரை படித்து முடித்த ஆயிரக்கணக்கான கதைகள் மனதிலேயே தேங்கிக் கிடக்கிறது. அதன் மீறல் அவஸ்தையானது. அதன் வடிகால்தான் கதை சொல்லல். குடும்பத்திற்கு, நண்பர்களுக்கு, டீக்கடைக்கு, தெருவுக்கு என தனித்தனியே சொன்ன கதைகள் இப்போது ஒருங்கிணைக்கப்பட்டு மைக் முன்னால் சொல்ல வைத்திருக்கிறது.

ஜீவனுள்ள கண்கள் என் கதைகளையும், சக படைப்பாளிகளின் கதைகளையும் தாகம் தீரக் குடிப்பதை அருகிலிருந்து பார்க்கும் வாய்ப்பு கிடைத்தது பெரும் பாக்கியம்தான்.

கேள்வி : *சூழலியலாளனாக, இயற்கை விவசாயியாக?*

சூழலியலாளன், இயற்கை விவசாயி என்பதெல்லாம் பெரிய வார்த்தைகள். 10 வருடங்களுக்கு முன் நம்மாழ்வாரோடு போன ஒரு கார் பயணம்தான் என் நிலத்தை இயற்கை வேளாண்மையை நோக்கித் திருப்பியது. துணிந்து லாப நஷ்டக் கணக்குப் பார்க்காமல் ரசாயன உரத்தை, பூச்சி மருந்தைத் தூக்கி எறிய வைத்தது.

சக விவசாயிகளின் கேலியாலும், கிண்டலாலும் எங்கள் செழிக்காத பயிர் தினம்தினம் வாடிப் போனது. பெரும் நம்பிக்கையோடு வரப்பில் நானும் ஷைலஜாவும் உட்கார்ந்திருப்போம்.

எங்கள் வயலில் இப்போது மண்புழுக்கள் நெளிகின்றன. தூண்டில்காரர்கள் அவற்றைத் தோண்டியெடுக்க, கொட்டாங்குச்சிகளோடு வருகிறார்கள்.

வம்சி எங்கள் வயல்வளையில் முழங்கைவரை விட்டு நண்டு பிடிக்கிறான். மழைநீரால் தலைப்பிரட்டை வரிசைகட்டி வருகிறது. போதும் இதுதான் என் கனவில் விரிந்த வயக்காடு.

பெரும் நஷ்டப்பட்டு இதை மீட்டிருக்கிறோம்.

ஆறு மாதங்களுக்கு முன் வி.பி.ராஜ் என என்னை தூரத்திலிருந்து அறிந்த ஒருவர் என்னைப் பார்க்க நிலத்திற்கு வந்தார். முதல் சந்திப்பே இடைவெளியற்றது. நிலத்தைச் சுற்றிப் பார்த்த ஏதோ ஒரு தருணத்தில் கவனித்தேன். எங்கள் இருவர் கைகளும் புதைந்திருந்தன.

சுற்றி இருக்கிற கிராமப்புற இளைஞர்கள், பயனடைய ஓர் இயற்கை வேளாண்மைப் பள்ளியை அவர் செலவில் எங்கள் நிலத்தில் கட்டியெழுப்பியுள்ளார். மேற்கூரை மட்டுந்தான் பணமின்றித் தாமதமாகிறது. நாங்களும் ராஜ் சாரும் இன்னும் கொஞ்சம் பயணித்தால் அது ஓரிரு மாதங்களில் நிறைவடையும்.

அதற்கருகிலேயே பட்டிக்காட்டுப் பையன்களுக்குப் பெரும் கனவாய் இன்னமும் தூரத்திலிருக்கிற சினிமா உருவாக்கத்தை அருகாக்கப் போகிறோம். ராஜ் அடிப்படையில் வைட்லைஃப் புகைப்படக்காரனாக ஆசைப்பட்டு மனித முகங்களைப் பதியும் Photographer ஆனவர். எடிட்டிங், Dubbing, sound என அனைத்தும் அவருக்கு அத்துப்படி. அதற்கான Lab வைத்திருக்கிறார். சென்னை நெரிசலிலிருந்து நெற்பயிருக்கிடையே அவைகளைக் கொண்டுவரப் போகிறோம்.

எடிட்டர் பி. லெனின், ஒளிப்பதிவாளர் பி.சி. ஸ்ரீராம், செழியன், வைட் ஆங்கிள் ரவிசங்கர், சாரங்கன், நாசர், மிஷ்கின், ராம், சீனுராமசாமி, ராஜுமுருகன், தாமிரா, மம்முட்டி எனப் பல நண்பர்களும் இங்கு வந்து எங்கள் கிராமத்துப் பையன்களுக்கு சினிமாவைச் சொல்லித்தரப் போகிறார்கள்.

கடந்துபோன இந்த இருபது வருடங்கள் எத்தனை மகத்தான கனவுகளை மெய்ப்பட வைத்திருக்கிறது. நான் பாக்யவான்தான்.

புத்தகம் பேசுது மாதஇதழ்

பஷீரின் அறை அத்தனை எளிதில் திறக்கக்கூடியதல்ல

கடந்த மாதம் அக்டோபர் 28ம் தேதி நானும், மொழிபெயர்ப்பாளர் கே.எஸ்.வெங்கடாசலமும், தோழர். கோபாலன்குட்டியும் கோழிகோடு, பேப்பூர் சுல்தான் என இன்றளவும் அழைக்கப்படும் புகழ்பெற்ற எழுத்தாளர் வைக்கம் முகமது பஷீர் வீட்டுக் கதவின் முன் நிற்கும்போது நான் மட்டும் மணி பார்த்தேன் பிற்பகல் 3.50. அப்போதும் கோழிகோடு வெய்யிலின் உக்கிரமிருந்தது.

காத்திருக்க வைக்காமல் 'சந்தமுள்ள' ஒரு பெண் எங்களைப் புன்னகையைக் கொட்டி வரவேற்கும்போது வெங்கடாசலம் சார் சொன்னார்.

''பவா, இது பஷீரோட மருமக அஞ்சு''

அவள் தன் கையிலிருந்த சாவியால் தங்கள் வீட்டு முன்னறையைத் திறக்கப் பெரும் முயற்சி செய்தாள். நான் வாசற்படியிலேயே மாட்டப்பட்டுள்ள பஷீரின் கறுப்பு வெள்ளைப் படத்தைக் கவனிக்க ஆரம்பித்தேன்.

அங்கிருந்தே பார்வையை இன்னும் கொஞ்சம் உள்ளனுப்பினால், பஷீர் தன் அன்பு மனைவி பாபியோடு கடலைப் பார்த்து நிற்கும் இன்னொரு கறுப்பு வெள்ளைப் படம். அப்போது என்னைச் சுற்றியிருந்த அந்த மூன்று நான்கு பேருமே என்னைவிட்டு அகன்றிருந்தார்கள்.

என் முன் பேப்பூர் சுல்தான் மட்டுமே வியாபித்திருந்தார்.

மருமகள் அஞ்சுவால் அந்த அறையை இன்னமும் திறக்க முடியவில்லை.

"ஒரு எழுத்தாளனின் அறையில் நுழைவது அவ்வளவு எளிதல்ல அஞ்சு" நான் கிண்டலாகச் சொன்னாலும். எல்லோருக்கும் அது பிடித்திருந்தது.

"பாப்போம் சேட்டா"

அவள் இன்னும் அந்தத் துருவேறிய தாழ்ப்பாளோடு மல்லுக் கட்டினாள்.

பார்த்தவுடன் கன்னத்தைக் கிள்ளத் தோன்றும் வசீகரத்தோடிருந்த ஒரு சிறு பையனை என்பக்கமிழுத்து,

"உன் பேரென்ன?"

"வாசிம்"

"உங்க முத்தச்சன் பேரு?"

"வைக்கம் முகமது பஷீர்"

கதவு திறந்து கொண்டது.

இத்தனை நேரம் தாத்தா தன் பேரனின் வார்த்தைகளின் வாத்சல்யத்துக்காக முரண்டு பிடித்திருக்கக் கூடும்.

அந்த அறையில் நாங்கள் பிரவேசித்தோம். புராதனமானதொரு வாசனை அவ்வறையில் நிரம்பியிருந்தது. அந்த அறை முழுக்க பஷீரின் புகைப்படங்கள், சிற்பங்கள், கார்ட்டூன்கள், ஓவியங்கள், அவர் பெற்ற விருதுகள், அவர் புத்தகங்கள், இரண்டு மூன்று மூக்குக் கண்ணாடிகள், அவர் கடுங்காப்பி குடிக்கும் அலுமினிய லோட்டா, பட்டாபட்டி துணிப்போட்ட ஈசிசேர், அதன் பட்டியல் நீண்டு கொண்டே போகிறது.

நான் வெங்கடாசலம் சாரிடம்,

"இது என்ன சார்?"

என மேலோங்கி தொங்கும் இருபது ஓவியங்களை நோக்கிக் கை நீட்டுகிறேன்.

"அவைகள் பஷீர் கதைகளின் பாத்திரங்கள்" என் உடல் மேலும் சில்லிடுகிறது.

சரியாக இதற்கு இரு மாதங்களுக்கு முன்தான் மாஹியில் விரிந்திருக்கும் அரபிக் கடலின் பெருமிதத்திற்கு முன் ஒரு சிறு துரும்பென நின்ற இளங்காலை நினைவுக்கு வந்தது.

அப்போதைய டச்சுக்காரர்களின் கோட்டை, இப்போது பாண்டிச்சேரி அரசின் கீழ் விருந்தினர் மாளிகையாக்கப்பட்டுள்ளது. நெடிதுயர்ந்த அதன் மதில் சுவரின் கம்பீரத்திற்காக அதில் கண் புதைத்த போது, மதிலெங்கும் வெங்கல முலாம் பூசப்பட்ட சிற்பங்கள், உடன் மலையாளத்திலும், ஆங்கிலத்திலும் விவரிப்புகள்.

"நஜீப் சேட்டா இது என்ன?"

முகுந்தன் சாரின் 'மய்யழிக் கரையோரம்' நாவலின் உரைநடையும், சிற்பமும்.

நான் அப்பிரம்மாண்ட கடலின் முன் உறைந்து நிற்கிறேன்.

ஒரு அரசு தன் எழுத்தாளனுக்கு இதைவிட வேறெதைத் தந்துவிட முடியும்?

மயக்கமூட்டும் மாஹி என்ற அச்சிறு நகரம் முகுந்தனுக்கானது. அவனே அதன் அரசன். அதன் ஆத்மாவை அறிந்த ஒரே ஜீவன்.

இதையெல்லாம் ஓர் அரசு நம்புகிறது. அங்கீகரிக்கிறது.

நான் அச்சிற்பங்களில் என் தாசனைத் தேடினேன். எல்லா சிற்ப வார்ப்பிலேயும் தாசன் உண்டு. தாசன்தான் மய்யழியின் நாயகன். நான்

என் கல்லூரி நாட்களில் தாசனையும் என் ஆதர்சங்களில் ஒருவனாக நினைத்து ஜோல்னாப்பை மாட்டி புரட்சிக்காக அலைந்தவன். ஒரு கடல், அதன் முன் விரிந்த ஆல மரம், அச்சிற்பம், முகுந்தன் எழுத்து, தாசன், எல்லாமும் சேர்ந்து என்னை அலைக்கழிக்கிறார்கள். நான் மூர்ச்சையாகப் போகக்கூடும் என உணர்ந்த நிமிடம் அங்கிருந்து பௌதீகமாக அகன்றேன்.

பஷீரின் அந்த அறையிலேயும் எனக்கு அப்படியே ஆனது.

ஒரு தட்டு நிறைய நிரப்பட்டப்பட்ட தேநீர்க் கோப்பைகளோடு எங்கள் முன் நின்ற அஞ்சுவிடம் நான் சொன்னேன்.

"பஷீருக்குப் பிரியமான அந்த மங்குஸ்தான் மரநிழலில் நாம் இத்தேநீர்க் கோப்பைகளை அருந்தலாம்"

அவள் சிரித்துக் கொண்டே,

"அப்படியென்றால் நான் கடுங்காப்பியே போட்டிருப்பேன். அதுதான் அவருக்கு எப்போதும் பிரியமானது"

பெரும் சிரிப்பினூடே நாங்கள் எல்லோரும் அந்த அறையிலிருந்து வெளியேறி அந்த மங்குஸ்தான் மரத்தடிக்குப் போகும்போது உணர்ந்தேன் வாசிமின் கை விரல்கள் என் கையைப் பற்றியிருந்ததை.

பருண்மையான அதன் அடியில் நின்று அம்மரத்தின் உச்சியைப் பார்த்தேன்.

கண்களுக்கும் அப்பாலானது அது. அம்மரம் பஷீரால் வைக்கப்பட்டதாயிருக்கலாம். ஆனால் அவர் பால்ய ஸ்பரிசம் பட்டு வளர்ந்ததல்ல அது. அப்பாவின் பிரம்படி பொறுக்க முடியாமல் தலையோலப் பரம்பிலிருந்து கால்நடையாகவே நடந்து போய், வைக்கம் படகுத் துறையை அடைத்து இரவெல்லாம் பயணித்து எர்ணாகுளம் வந்து, அதிகாலையில் அங்கிருந்து எடப்பள்ளி ரயில்வே ஸ்டேஷன்வரை நடந்து, கோழிக்கோடு ரயிலேறிய அன்று ஏற்பட்ட

அலைவுறுதல் அது. அதுவே அவரின் ஜீவிதமானது. நடையும், ஓட்டமும், பயணமும் பல நாடுகள் வரை நீண்டது. இந்து சாமியாராக, முஸ்லீம் சூஃபியாக, பாத்திரம் கழுவுபவனாக... வரிகளின் நீளம் பத்தாது பஷீர் செய்த வேலைகளை எழுத.

அனுபவச்சாரமேறிய அவர் சரீரம் கடைசியாய்க் கண்டடைந்த இடமே பேப்பூர். அது கோழிக்கோடிலிருந்து கூப்பிடுந்தூரந்தான். ஏதோ ஒருதிரைப்படத்திற்கு அவர் எழுதியதற்குச் சன்மானமாகக் கிடைத்த பணத்தில் தன் சக எழுத்தாளன் எம்.டி.வி. வாங்கித் தந்த விசாலமான இந்த இடமும், வீடும். அவர் சொன்ன பின்பே கல்யாணமும். இதற்கெல்லாம் பின்புதான் இம்மங்குஸ்தான் மரம் வைக்கப்பட்டிருக்க வேண்டும்.

''முதுமை ஒரு பின்னோக்கி நகரும் நதி'' எனவும், மரணத்தின் கைகளில் எப்போதும் நினைவுகளின் கற்கள் குவிந்திருக்கின்றன. காலத்தின் கல்லெறிதலின் வீச்சைத் தாங்க முடியாதபோது மனிதர்கள் வீடு திரும்புகிறார்கள் என சந்தோஷ் ஏச்சிக்கானம் தன் கதையொன்றின் வரிகளில் நம்மை அதிரவைக்கிறான்.

பஷீருக்கும் அதுவே நேர்ந்தது. அலைவுறுதல், ஒரு துண்டு பீடிக்குக் காத்திருத்தல், சிறைபடுதல், போலீசிடம் மிருக அடிபடுதல், சுற்றி அலைதல், வியர்வையில் கிடைத்த ஓரணாவையும், இரண்டணாவையும் வேட்டித் துணியில் மடித்து வைத்து ஒரு கருமியைப் போலச் செலவழித்தல்.

அதன் உக்கிரம் தாங்க முடியாத போது இதோ தன் சொந்த வீட்டின் மங்குஸ்தான் மர நிழல். தனக்குப் பிடித்த துணிபோட்ட ஈசிசேர், பக்கத்தில் எப்போதுமிருக்கும் ஓர் அலுமினியக் கோப்பையில் கடுங்காப்பி. அனுபவ வாழ்க்கை அவர்முன் ஒரு யாசகனைப் போல நின்று தன்னை எழுதச் சொல்லிக் கேட்ட போது மறுக்க மனமின்றி எழுதினவைகள் பால்யகால சகி, பாத்துமாவின் ஆடு, சப்தங்கள், மதிலுகள், தாத்தாவுக்கு ஒரு யானை இருந்தது.

பவாசெல்லதுரை

மற்ற படைப்புகளிலிருந்து சப்தங்களும், பால்யகால சகியும் வேறுபட்டவைகள். என் நண்பன் உதயசங்கர் மொழிபெயர்ப்பில் இருபது ஆண்டுகளுக்கு முன் நான் சப்தங்களைக் கேட்டிருக்கிறேன். மிலிட்டிரியிலிருந்து பணி முடித்து நாட்டிற்குத் திரும்பிய ஒருவனின் உள்குரல்.

''மிலிட்டிரிக்காரனின் கடமை என்ன? வாய்ப்புள்ள இடத்திலெல்லாம் மனிதர்களைக் கொல்வது. அப்படித்தான் நான் கொன்றேன்.

சில கேவலமான அற்ப ஜந்துக்கள் இந்த தேசத்தை அமைதியாக ஆள வேண்டுமென்பதற்காக நான் உயிரைவிட மேலாக நேசித்த மக்களைச் சகட்டு மேனிக்கு க்கொன்று குவித்தேன்''

என வாக்குமூலம் தரும் ஒருவனின் கதை. தன் எல்லா துயரங்களையும் அப்படியே கொட்டித் தீர்க்க வல்லமை வாய்ந்ததாக ஓர் எழுத்தாளனின் மடியைத் தேர்ந்தெடுக்கிறான் அவன்.

பஷீர், அவனுக்கான ஒரு காதலையும் நமக்குச் சொல்கிறார்.

தன்னைத் தொடர்ந்து பின்தொடரும் அவனிடம் ஒருநாள் அவளே பேச்சுக் கொடுக்கிறாள்.

''என்ன வேணும் உனக்கு?''

நீதான் என்பது வார்த்தையாக்கப்படாமலேயே அவளுள் செல்கிறது.

''வா''

ஏசுவின் கருணை அக்குரலில் ததும்புவதை அவனால் உணரமுடிகிறது.

மனித ரத்தமும், தேச துரோகமும், பெரும் சண்டைகளும் நிறைந்த தன் கடந்த வாழ்வை நனைக்கும் ஒரே ஜீவித நதி இவள் மட்டுந்தான்.

அவள் இலகுவாகிறாள். தன் மேலுள்ள இரத்த வாடை போகுமளவு குளிக்கிறான்.

படுக்கையில் அவள் ஒரு பெண் அல்ல திருநங்கை என்பதை உணர்ந்து துடிக்கிறான்.

அவன் வாழ்நாள் முழுவதுமே அவள் சப்தம் கேட்பாரற்று நதியில் கரையும் மண்மாதிரி ஆகிவிடுகிறது.

பஷீரின் கதைகள் எளிமையானவைகள். அதை யாரும் எழுதிவிடக்கூடும் என இப்போது கணிக்கும் கணவான்கள் ஒரு கலைஞனைக் காலத்தோடு சேர்த்தே மதிப்பிட வேண்டும். காலத்தை மீறினதுதான் எழுத்து. ஆனாலும் எக்காலத்திலேயும் எளிமையான எழுத்துக்கள் நம்மைப் பின்தொடர்ந்தே வருகின்றன. அழகிரி சாமியும், கு.ப.ராவும், கி.ராவும் தங்கள் எளிமையான எழுத்தினாலேயே மொழிக்கு வலு சேர்த்தவர்கள்.

சச்சிதானந்தன் சொல்வார்,

"பைத்தியத்திற்கும், கவிஞனுக்குமான இடைவெளி ஒரே ஒரு மெல்லிய கோடு மட்டுமே"

பஷீரின் வாழ்வில் அக்கோடு இருபக்கமும் மாறி மாறி நகர்ந்தது. ஊர்ப்பையன்கள் கரையில் நின்று வேடிக்கை பார்ப்பதறியாது ஓடும் நதிநீரில் மல்லாக்கப்படுத்து பலமணி நேரம் அப்படியே கிடந்தவை நாம் தவமெனலாம், யோகா எனலாம். ஆனால் அது தணிப்பு. சமூக உஷ்ணத்தை அரசியல் தகிப்பை எதிர்கொள்ளமுடியாத ஒரு எளிய மனிதனின் வேட்கையை நீர் கொண்டு போகுமோ என்ற தற்காலிக ஆசை.

தன் சொந்த வாழ்வின் சாரத்திலிருந்தே பஷீர் தன் படைப்புகளை உருவாக்கினார். உலக இலக்கியம் இன்றளவும் நாயகர்கள் எனக் கொண்டாடும் வேசிகள், குற்றவாளிகள், திருடர்கள், கூட்டிக்

கொடுப்பவர்கள் இவர்களே பஷீரின் கதாநாயகர்கள். அவர்களுள் சுரக்கும் ஈரக்கசிவை பஷீர்

தன் கதைகளால் ஸ்பரிசித்தார்.

அச்சிறுநகரின் புகழ்பெற்ற திருடனொருவன் இன்ஸ்பெக்டரால் பிடிபடுகிறான். கையில் விலங்கிடப்பட்டுச் சாலையில் அழைத்து வரப்படுகிறான். இருபக்கமும் யோக்கியவான்கள் நின்று வேடிக்கை பார்க்கிறார்கள்.

அவனைப் பார்த்ததும் பஷீர் லேசாக அதிர்கிறார். அவன் தன்னை நோக்கிப் பார்க்க வேண்டுமென அவர் விரும்பினார். ஆனால் அவன் இலக்கு தீர்மாணிக்கப்பட்டதைப் போல நேராகப் பார்த்து நடக்கிறான். அவன் திரும்பி அவரைப் பார்த்தால்,

''ஒன்றுமில்லை சகாவுக்கு ஒரு சலாம் போடலாம்'' என்கிறார் பஷீர்.

தன் பழைய நினைவொன்றிலிருந்து அந்த சலாமுக்குக் காரணத்தை விளக்குகிறார்.

பசி மயக்கத்தில் ப்ளாட்பாரத்தில் விழுந்து கிடந்த முகத்தில் நீர் தெளித்து தான் எழுப்பப்பட்ட போது, இவன் மடியில்தான் நான் ஒரு குழந்தையைப் போலக் கிடந்தேன். பாலும் ரொட்டியும் வாங்கித் தந்து என் பசியாற்றி, அப்புறமும் சில நாட்கள் என் பட்டினியைத் தவிர்க்க என் ஜிப்பாவில் பணம் வைத்துவிட்டுப்போன அம்மனிதனுக்கு நான் என்ன செய்துவிடப்போகிறேன்.

ஒரு சலாம் போடுவதைத் தவிர?

சமூக ஒழுக்கம், என்ற வரையறைகளின் மீது தன் பீடிப் புகைப்படிந்த எச்சிலைப் துப்புகிறான் அக்கிழவன்.

''உரைகளில், படைப்புகளில் எத்தனை அலங்காரப்படுத்தப்பட்டாலும் அசல்வாழ்வில் ஒவ்வொரு தனிமனிதனும் ஒரு அனாதைதான்'' என்கிறார் பஷீர்.

தன் வாழ்நாளெல்லாம் மட்டாஞ்சேரியில், கொச்சின் படகுத்துறையில், பேப்பூரில் சுற்றித் திரிந்த ஒரு அனாதையான பயணியே பஷீர்.

எழுதி முடித்து சோர்ந்து போன ஒரு கணத்தில்தான் உடல், பசியை உணர்த்துகிறது.

ஒரு ஹோட்டலில் வழக்கத்திற்கும் அதிகமாக அன்றிரவு சாப்பிட்டு முடித்து, தன் வேலெட்டைத் துழாவுகிறார். அது இல்லை. கடை முதலாளி முன் அவமானப்பட்டு நிற்கும்போது அவர் தனக்கு ஏதாவது வேலை கொடுக்கக்கூடும் என நினைக்கிறார். மாறாக அவன் அவர் உடைகளை அவர் களையச் சொல்கிறார்.

தன்னைச் சுற்றிலும் சாப்பிட்டுக் கொண்டிருக்கும் மனிதர்களின் கவனம் வேண்டி அவர்களைத் திரும்பிப்பார்க்கிறார். அவர்களிடம் இரக்கம் கொண்ட ஒரு முகத்தையும் காணவில்லை. பசித்த ஓநாய்களைப் போல அவர்கள் சாப்பிட்டுக் கொண்டிருந்தார்கள்.

என் உள்ளாடையையும் கழற்றச்சொல்லி நான் நிர்பந்திக்கப்பட்டபோது ஒரு மனிதனின் கைகள் எனக்கான பணத்தோடு நீண்டது.

நடுங்கும் கைகளில் என் உடைகளை நான் மீண்டுமெடுத்து உடுத்திக்கொண்டேன்.

அவன் பின்னால் நடந்தேன். ஓர் இருட்டில் அவன் என்னை மிக சமீபித்துச் சொன்னான்.

"என்ன மனுஷன் இவன்? சகமனுசனை நிர்வாணமாக்கிப் பார்க்கத் துடிக்கிற நாய்" எனச் சொல்லிக் கொண்டே தன் பாக்கெட்டிலிருந்து ஐந்தாறு வேலட்களை எடுத்து என் முன் போட்டு

"இதில் எது உன்னுடையது பெரியவரே"?

நான் நிதானமாக என் வேலட்டை எடுத்துக் கொண்டபோது அவன் என்னிலிருந்து வெகுதூரம் போய்விட்டிருந்தான்.

அவன் பெயரைக் கேட்க மறந்துவிட்டேன். அதனாலென்ன அவன் பெயர் அறமாகவோ அல்லது கருணையாகவோ இருக்கலாம்!

இதுதான் பஷீர் என்ற அசல் கலைஞனின் வார்த்தை அன்று இருட்டும் வரை அம்மங்குஸ்தான் மர அடியிலிருந்து அகன்று வர மனமேயில்லை.

செம்மலர்

மண்ணிலிருந்து மண் கொண்டெழுப்புவோம்

பிஜூ பாஸ்கரின் மாற்று வீடுகள்

ஆரோவில் அளவில் இல்லையெனினும், திருவண்ணாமலையிலும் கூட மாற்று வீடுகள், பல மேற்கத்திய மனிதர்களின் உருவாக்கத்தில் மேலெழுந்து கொண்டுதான் இருக்கின்றன.

பத்து வருடங்களுக்கு முன் என் நண்பர் ஆனந் ஸ்கரியா பிஜூவை மாற்று வீடுகளுக்காக கனவு காண்பவனில் ஒருத்தன் என அறிமுகப்படுத்திய போதே அவருடனான என் உரையாடல் துவங்கியது.

எதையொன்றையும் அதன் வழக்கத்திலிருந்து தூக்கி எறிபவனாக நான் பிஜூவை என் முதல் சந்திப்பிலேயே உணர ஆரம்பித்தேன்.

என் பைக்கில் உட்கார வைத்து நிலத்தைச் சுற்றிப் பார்க்க கூட்டிப்போன போதும் கட்டிடக் கலை என்பது வெறும் கட்டிடம் கட்டுதல் என்ற படைப்பூக்கமற்ற ஒரு தொழிலாகிவிட்டதை பிஜூ என் பின்னாலிருந்து பேசிக் கொண்டே வந்தது இப்போது நினைவுபடுத்திக் கொள்ள வேண்டியிருக்கிறது.

செவ்வக வடிவிலான எங்கள் கிணறு அவனைப் பரவசப்படுத்தியிருக்க வேண்டும். அதன் விளிம்பில் நின்று,

‘இக்கிணற்றை அப்படியே சரிபாதியாய் பிரித்து, கான்க்ரீட் போட்டு அதன்மேல் ஒரு மண்வீடு கட்ட முடியும்’ என்று காற்றில் கைவீசி அவன் விவரித்தது இன்றும் ஒரு நிறைவேறாத கனவுபோல என்னுள் தங்கியுள்ளது. நானறிந்து யாராலும் கற்பனையாகக்கூட யோசிக்க முடியாத சாத்தியம் இது என நினைத்துக் கொண்டேன்.

தன் சொந்த வாழ்விடம், குறைவான நண்பர்களுக்கான வீடுகள் என பிஜூவின் செயல்பாடுகளைத் தூரத்திலிருந்து கவனித்துக் கொண்டிருந்தேன்.

எனக்கு இன்றளவும் கருங்கற்கள் மீதான ஆச்சர்யமும், பெருங்காதலும் குறைந்தபாடில்லை. பூமிக்கு அடியிலேயும், மேலேயும் அது தனக்குதானே உருவாக்கிக் கொண்டிருக்கும் பல நூற்றாண்டுகள் கடந்த அடர்நிறம் என்னை பிரமிப்பூட்டுகிறது.

அப்படியே பிஜூவுக்கு மண்.

செம்மண் என மண்ணில் கூட நிறம் பிரிப்போம். பிஜூவுக்கு அப்படியில்லை. அது எந்த வண்ணத்திலும், பூமியை மூடிக் கொண்டிருக்கும் மாயவித்தை செய்யும் உயிராகத்தான் பிஜூ மண்ணை மதிப்பிடுகிறான்.

கே.வி.ஜெயஸ்ரீயின் கருங்கற்களாலான வீட்டின் ஆரம்பத்தில் பிஜூ எங்களோடுதான் இருந்தான். அதன் பின்னால் அவன் அகன்று போனது மண்ணில்லாத அதன் சுவர்களாயிருக்கலாமென இப்போது கணிக்கத் தோன்றுகிறது.

பெரும்பாக்கம் சாலையிலிருந்து பிரிந்து போகும் பண்டிதப்பட்டு சாலையில் பிஜூவின் சமீபத்திய வீட்டின் உருவாக்கம் அசாத்தியமானது. நம் வழமைகளின் மீது எழுப்பப்பட்ட சவால். ஒரு படைப்பாளிக்கு அப்படியான நிர்பந்தம் எப்போதுமே ஒரு இழப்பிலிருந்துதான் துவங்குகிறது.

திருவண்ணாமலையில் தான் உருவாக்கிய ஒரு வீடு, பொருளாதார இழப்பின் பொருட்டு தன்னைவிட்டு அகன்றபோது பிஜூ இன்னொரு உருவாக்குதலுக்கு உடனே தாவுகிறான்.

நான்கடிக்கு ஒரு அடித்தளம் தோண்டப்படுகிறது. இப்போது கடக்கால் தோண்டுவதற்குப் பயன்படுத்தப்படும் ஒஇஆ தவிர்க்கப்படுகிறது.

மனிதர்கள்.

எப்போதுமே மனிதர்கள் மட்டுமே படைப்பூக்கத்தின் ஆதார சக்திகள். அவர்களைக் கொண்டே அந்தப் பள்ளம் தோண்டப்படுகிறது.

ஏற்கனவே பயன்படுத்தப்பட்ட சணல் சாக்குப் பைகள் எடைபோட்டு ஐநூறுக்கும் மேல் வாங்கப்படுகிறது.

நான்கு பெண் ஆண்களும் ஒரு ஆண் ஆளுமாய் செப்டிக் டேங்க்குக்கான குழி தோண்டி, மேலேறும் மண்ணைப் பைகளில் அடைக்கிறார்கள்.

பை நிறைய, நிறைய செப்டிக் டேங்க்கும் தயாராகிறது.

மண் நிறைந்த மூட்டைகள் அடித்தளத்திற்கு மேல் பந்தடிக்கும் அதே மண் மூட்டைகள் மட்டுமே.

புளிக்க வைக்கப்பட்டிருந்த செம்மண் அடுக்கப்பட்ட மூட்டைகளின் மேல் பூசப்படுகிறது. அது ஒரு அழகான சுவராகிறது. படைப்பூக்கவாதிகளின் மனம் அதோடு சாந்தமடைவதில்லை. அது முன்னிலும் அதிகமாகத் துள்ளும். செம்மண் பூசப்பட்ட சுவரின் நிறத்தை இரண்டாகப் பிரித்து, ஒரு பகுதிக்கு செம்மண் அல்லாத மண் பூசப்படுகிறது. ஒரு பகுதிக்கு செம்மண் அல்லாத மண் பூசப்படுகிறது. மண் மூட்டைகளின் முண்டு முடிச்சுகள் அப்படியே வெளியே தெரியும்படி விடப்படுகிறது. அதிலேயே சமையலறை, குளியலறை.

எப்போதுமே நிறைதலின் போதுதான் இன்னொரு துவக்கம் ஆரம்பமாகிறது.

அம்மண் சுவர் அதன் மேற்கூரையை அதுவே தீர்மானித்து, தன் செயல்பாட்டாளனிடம் கோருகிறது.

ஒரு நல்ல கட்டிடக் கலைஞன் அதை ஒருபோதும் நிராகரிப்பதில்லை.

இளம் மஞ்சள்நிற மூங்கில்களும், தென்னங்கீற்றுகளான மூடாப்புகளும் அவ்வீட்டை வேறொரு தளத்திற்கு நகர்த்துகிறது.

இதோ நாங்கள் எல்லோருமே எங்கள் மலையையே பார்த்துக் கொண்டிருக்கும் நாட்கள் இவை.

சிலர் அதன் உச்சியில் மின்னும் தீப ஒளிக்காக. சிலர் ஒவ்வொரு நிமிடமும் அது தன்னை மாற்றிக்காட்டும் மாயாஜால வித்தைகளுக்காக.

பிஜூ மலையைப் பார்த்துக் கொண்டிருப்பது அங்கிருந்து அவனுக்கு வரப்போகும் மஞ்சம்புற்களுக்காக. தென்னம் ஓலை வேய்ந்த அவன் வீட்டுக்கூரை மஞ்சம்புல் வேய்தலிலேயே நிறையும்.

மண் சுவர் மழைக்குக் கரையாதா?

சிமெண்ட் மூட்டைகள் ஆயிரம் ஆயிரம் பயன்படுத்திக் கட்டப்பட்ட மேடவாக்கம் பலமாடி வீடு இடிந்து விழுந்தது அவர்களுக்கு ஒரு பொருட்டல்ல.

மாற்றுகளை நிராகரிப்பதற்கு மட்டுமே இவர்களின் மூளை பழக்கப்பட்டிருக்கிறது. புதியதை முயன்று பாருங்கள் அதன் பேரழகையும், வலுவையும்.

நன்றி

தி இந்து